శ్రీ శ్రీ

సిప్రాలి

కూర్పు:

చలసాని ప్రసాద్

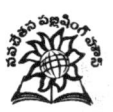

నవచేతన పబ్లిషింగ్ హౌస్
బండ్లగూడ(నాగోల్), హైదరాబాద్

SIPRALI

- *Sri Sri*

ప్రచురణ నెం. : 555/57

ప్రతులు : 1000

ఎన్‌పిహెచ్ ప్రథమ ముద్రణ: నవంబర్, 2023

© ప్రచురణకర్తలు

వెల: ₹ 120/-

ప్రతులకు:

నవచేతన పబ్లిషింగ్ హౌస్

12-1-493/VA,

గిరిప్రసాద్ భవన్, బండ్లగూడ(నాగోల్), జి.ఎస్.ఐ. పోస్ట్

హైదరాబాద్-500068. తెలంగాణ.

ఫోన్: 040-29884453/54.

E-mail: navachethanaph@gmail.com

Website: www.navachethanabooks.com

నవచేతన బుక్ హౌస్

బ్యాంక్ స్ట్రీట్ (ఆబిడ్స్), కొండాపూర్,

హిమాయత్‌నగర్, బండ్లగూడ(నాగోల్)-హైదరాబాద్.

హన్మకొండ.

ముద్రణ : **నవచేతన ప్రింటింగ్ ప్రెస్,** హైదరాబాద్.

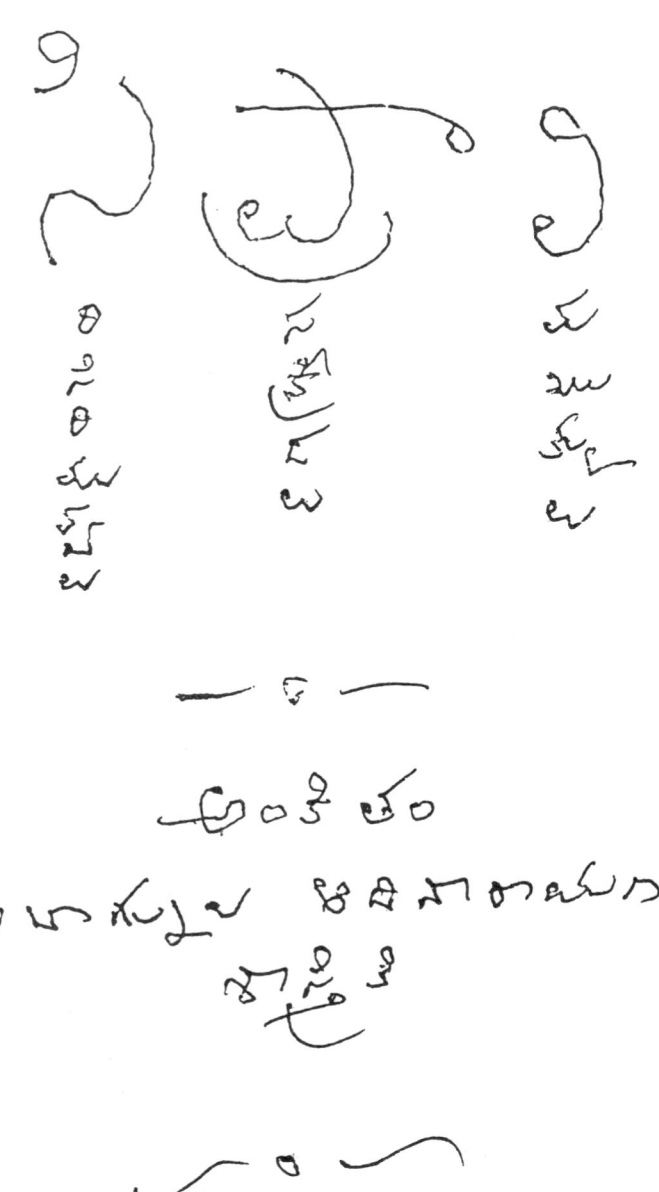

పంచాగ్నుల ఆదినారాయణశాస్త్రిగారు (1890 - 1951) ప్రాకృత భాషలో ఉద్దండ పండితులు. 'ప్రతిభ' (గిడుగు 70వ జన్మదినోత్సవాన సమర్పించిన వ్యాససంగ్రహసంచిక - 1933)లో 'ప్రాకృత గ్రంథకర్తలూ - ప్రజాసేవానూ' అనే వంద పేజీల వ్యాసం రాశారు. నవ్యసాహిత్య పరిషత్ వారి ఈ త్రైమాసిక పత్రిక సంపాదక వర్గంలో ఆదినారాయణ శాస్త్రి గారు కూడా ఒక సభ్యుడు (1936). కావ్యతీర్థ బిరుదాంకితులు. ప్రాచీన పద్ధతుల్లో చదువుకొన్నా, నవీన దృక్పథం గలవారు.

ఆంధ్రపత్రికలో చేరి (1918) ఉగాది సంచికలు పర్యవేక్షిస్తుండేవారు. ఆర్య భారత గ్రంథ మాల స్థాపించారు. ఎన్నో పుస్తకాలు ప్రచురించారు. 'రాజశేఖర కావ్యమీమాంస', 'వాత్స్యాయన కామ సూత్రాలు', 'గౌతముని ధర్మ సూత్రాలు' అను వాదం చేశారు. అచ్చయ్యాయి. 'కౌటిల్యుని అర్థ శాస్త్రం, 'ఆంధ్రలిపి పరిణామం' రాశారు. అచ్చు కాలా. రాత ప్రతులులేవు. ఆంధ్ర వాఙ్మయ చరిత్ర మొదటి భాగం రాశారు. దీని రాత ప్రతి వుంది. త్వరలో అచ్చు కావచ్చు.

ఇవన్నీ ఒక ఎత్తు. 'యెంకి పాటలు' మీద 'గాలి దుమారం' చెలరేగుతున్నప్పుడు వాటిని 'యెనకేసు' కొస్తూ 'ఒకటి రెండుమాటలు' అనే వ్యాసం రాయడం (1925) ఒక ఎత్తు.

''ఎవడు బతికేడు మూడు యాభయిలు''

—మా వూళ్ళో సామెత

శ్రీశ్రీ జననం: 2-1-1910 మరణం: 15-6-1983

అంకితం!

Houston Tx
9.6.1981

రచయిత
... ...
... ...
Xerox ... ...
... ...
... ...

ప్రచురణకర్త
... reassemble ...
... ...
... ...
... ...

మనవి మాటలు

శ్రీశ్రీ అంటే ఎవరు అని ఎవ్వరూ అడగరు. కాని సిప్రాలి అంటే ఏమిటని అందరూ అడుగుతారు. శ్రీరంగం శ్రీనివాసరావు శ్రీశ్రీ అయినట్టే సిరిసిరిమువ్వలు, ప్రాసక్రీడలు, లిమరుక్కులు కలిసి సిప్రాలి అయింది. రుక్కుటేశ్వర శతకం, పంచపదులు కూడా సిప్రాలిలో పొందుపరిచాడు శ్రీశ్రీ. శ్రీశ్రీ సృష్టి సిప్రాలి. ఈ శిశువుని అమెరికాలో ప్రసవించాడు శ్రీశ్రీ. అక్కడుండగా (జూన్ 1981) హడావుడిగా మిమియోగ్రాఫ్ మిషన్ మీద 50 ప్రతులు—స్వదస్తూరివి తీయించాడు. కాపీ ఖరీదు 10 డాలర్లు. అవన్నీ అక్కడే చెల్లిపోయాయి.

ముందు 'మూడు యాభయిలు' (1964)లోనూ, తర్వాత 'మరో మూడు యాభయిలు' (1974)లోను సిప్రాలి కవితలు కొన్ని కొన్ని అచ్చయ్యాయి. ఈ రెంటి మధ్య (1970)లో వెలువడ్డాయి శ్రీశ్రీ సాహిత్య సంపుటాలు. ఆనాటికి రాసిన వాటిలో చాలా వరకు వీటిలో వచ్చాయి. కాని అన్నీ రాలేదు. అవికాక ఈ సంపుటాలు వెలువడే నాటికి శ్రీశ్రీ లిమరుక్కులు అసలు రాయలేదు. ఆ మాటకొస్తే సిప్రాలి (జూన్ 1981— అమెరికా)లోనే సిప్రాలి కవితలు అన్నీ రాయలేదు శ్రీశ్రీ. మొట్టమొదటసారిగా సిప్రాలి సంపూర్ణంగా మీ ముందుంచుతున్నాం. అందుకే ఇందులో 'మేమే' గేయాలు (జులై 1954), కొన్ని అముద్రితాలూ కూడా పొందుపరుస్తున్నాం. ఇది సిప్రాలి సమగ్ర స్వరూపం.

శ్రీశ్రీ అంతకు ముందు ఎప్పుడూ కంద పద్యాలు రాయలేదు. 'ప్రభవ' పద్యాల్లోగాని, 'స్వర్గ దేవతలు' పద్యాల్లోగాని కంద పద్యం లేదు. దాదాపు దశాబ్దం తర్వాత మళ్ళీ పద్యాల జోలికి వెళ్ళాడు.

> మళ్ళీ ఇన్నాళ్ళకి ఇ
> న్నేళ్ళకి పద్యాలు రాయుటేది ఎట్లన్నన్
> పళ్ళూడిన ముసలిది, కు
> చ్చెళ్ళున్ సవరించినట్లు సిరిసిరిమువ్వా !

కేవలం కందాల అందాల కోసమే తాను రాస్తున్నట్టు చెప్పాడు. పైగా ఈ శతకంలో పాత వాసనలు పోలేదు. అలనాడు తిక్కనకు హరిహరనాథులు కలలోకి వచ్చినట్టు ఈనాడు తనకి చక్రపాణి కలలో కనిపించినట్టు రాశాడు శ్రీశ్రీ. ఇకపోతే రుక్కుటేశ్వరశతకంలో జలసూత్రం గురించి కొంత ప్రైవేటు పాయ్రటి కూడా వుంది. ఈ శతకాలలో అటు శబ్ద చమత్కారం, ఇటు అర్థ వైచిత్రి పందెం వేసుకు పరుగెడతాయి. ఇది కొత్త ప్రయోగం కాదు. పోనీ ప్రయోజనం సంగతి చూద్దామంటే అదీ అంతంత మాత్రమే.

ఈ శతకాల రచనాకాలం 1945-50. భారతదేశానికి తలమానికమని చెప్పదగిన తెలంగాణా రైతాంగ సాయుధ పోరాటం ముమ్మరంగా సాగినకాలం. కాని ఈ శతకాలలో ఈ

పోరాటం ఊసు మనకు కనిపించదు. అయితే 'ఉపాలంభనం' (16-3-1947)లోనూ, రుక్కుటేశ్వర శతకం (ఆగస్టు 1948)లోనూ కాంగ్రెస్‌వారి అధికార దర్పాన్ని. అక్రమ విధానాలను తూర్పారబట్టాడు. వీటిని మినహాయిస్తే సామాజిక రాజకీయ అంశాలను ఈ శతకాల్లో శ్రీశ్రీ తడమలేదనే చెప్పుకోవాలి. 'చాటువులూ' ఇలాగే సాగాయి. ఇకపోతే 'మేమే' పూర్తిగా విదూషక ఫక్కీలో సాగిన రచన.

సిరిసిరిమువ్వ, రుక్కుటేశ్వర శతకాల్లోనూ, చాటువుల్లోనూ, 'మేమే' గేయాల్లోను వున్న హాస్యం కేవలం నవ్వించడానికే పనికొస్తుంది. ''బూతాడక దొరకు నవ్వు పుట్టదు'' అని నవ్వించడంతోనే తన పని తీరిపోయిందనుకున్నాడు ఆనాటి కవి చౌడప్ప. వీటిల్లో శ్రీశ్రీ కూడా అంతే చేశాడు.

నిజమైన హాస్యం నుంచి జాలి, కరుణ పుట్టాలంటారు కొందరు. చార్లీ చాప్లిన్ దీనికి చక్కని ఉదాహరణ. ఇదికూడా చాలదంటారు ఇంకొందరు.

కాని వేరే రకం హాస్యం వుంది. ఇందులో వ్యంగ్యం, నీతి, ఉపదేశం వుంటాయి. ఇవి వేమనలో మనకు దొరుకుతాయి. నాటక రచనలో గురజాడ మార్గం కూడా ఇదే. అందుకే 'కన్యాశుల్కం' ''బీభత్సరస ప్రధానమైన విషాదాంత నాటకం'' అయింది. పాశ్చాత్య వచన రచయితల్లో రూసో, రేబ్లే, వాల్టేర్, డికెన్స్, గొగోల్, మార్క్‌ట్వెయిన్ మున్నగువారు వ్యంగ్యంలో అందె వేసిన చేతులు. మన దేశంలో కిషన్ చందర్ ఈ కోవలోకి వస్తాడు. తెలుగులో వ్యంగ్యాన్ని పదునుగా వాడిన పాత రచయిత పానుగంటి. కొత్త రచయితలలో కొడవటిగంటి వ్యంగ్యంతో గొప్ప సాహిత్య ప్రయోజనం సాధించగలిగారు. (ఉదా:- డిటెక్టివ్ కేయాస్ కథలు- 1956).

మొదటి తరహా హాస్యం లక్ష్యాలు ఆనందం, ఆమోదం అయితే, రెండో తరహా హాస్యం లక్ష్యాలు చైతన్యం, విమర్శ. మొదటిదాని పరమావధి కేవలం నవ్వు పుట్టించడం; రెండోదాని పరమావధి ప్రయోజనం సాధించడం. ఈ రెండో తరహా హాస్యమే శ్రీశ్రీ ప్రాసక్రీడల్లోనూ, లిమబుక్కుల్లోను తొణికిసలాడుతుంటుంది. దీనికి కారణాలు పరిశీలిద్దాం.

ఇవి రాసే రోజుల్లో శ్రీశ్రీ ఉద్యమాలకు స్పందించాడు. రాజకీయాలతో మమేకమయ్యాడు. జనం జీవనాడి తెలుసుకున్నాడు. పోరాటాలు పసికట్టాడు. అందుకే సిరిసిరి మువ్వ, రుక్కుటేశ్వర శతకాలకీ, 'చాటువులి'కీ, 'మేమే' గేయాలకీ లేని విలువ ప్రాసక్రీడలకీ, లిమబుక్కులకీ వచ్చింది. 'పంచపదులు' కూడా చాలా వరకు ఈ కోవలోకే వస్తాయి. వీటిల్లో మనకి శ్రీశ్రీ ప్రయోగశాలిగానూ, ప్రయోజనశీలిగాను కనిపిస్తాడు.

''The 'greatness' of literature cannot be determined solely by literary standards though we must remember that whether it is literature or not can be determined only by literary standards''. ''సాహిత్య 'ప్రశస్తి' కేవలం సాహిత్య ప్రమాణాల చేతే నిర్ణయం కాదు; కాని అది సాహిత్యం అవునో కాదో సాహిత్య ప్రమాణాలచేత మాత్రమే నిర్ణయమవుతుందని మనం గుర్తుంచుకోవాలి'' అన్నాడు టి.ఎస్.ఇలియట్.

ప్రాసక్రీడలు, లిమబుక్కులు గొప్ప రాజకీయ ప్రయోజనం సాధించాయి. అందుకే అవి అంత వాసికెక్కాయి. ముందు ప్రాసక్రీడలనాటి చారిత్రక రాజకీయ పరిస్థితులేమిటో మనం తెల్సుకోవాలి.

ఆంధ్రరాష్ట్రం కోసం పొట్టిశ్రీరాములు మద్రాసులో ఆమరణ నిరాహారదీక్ష పూనారు. ఆయన చావుబ్రతుకుల్లో వుండగా, భారత ప్రధాని నెహ్రూ "ప్రభుత్వ విధానాలు ఉపవాసాల వల్ల ప్రభావితమవుతాయనుకోవడం వెర్రితనం" అన్నారు. పొట్టి శ్రీరాములుగారి పూర్ణాహుతి(15-12-1952) తర్వాత ఆంధ్రరాష్ట్రం కోసం విద్యార్థి లోకం ఉవ్వెత్తుగా లేచింది. ఉద్యమంలోకి దూకింది. చాలాచోట్ల పోలీసుకాల్పులు జరిగాయి. ఇంచుమించు 15 మంది చనిపోయారు. అప్పుడు దిగొచ్చారు నెహ్రూగారు. ప్రజాశక్తికి తలఒగ్గి ఆంధ్రరాష్ట్రం ఇస్తానని ప్రకటించారు. కాని కర్నూలును రాజధాని చేయడంలోనూ, ఆంధ్రరాష్ట్రం నిర్మాణం విషయంలోనూ (1-10-1953), మైనారిటీ మంత్రివర్గం ఏర్పాటులోనూ, ప్రభుత్వ పతనంలోనూ (6-11-1954), నడమంత్రపు ఎన్నికల లోనూ (ఫిబ్రవరి, 1955) రచయితల కమ్యూనిస్టు వ్యతిరేక ముసాయిదాలోను కాంగ్రెసు వారు ఆడిన కపట నాటకాలకు అంతులేదు. వీటిమీద మండిపడ్డాడు శ్రీశ్రీ. వీటిని కవిత్వంలో ఎండగట్టాడు. ధారాపాతంగా తిట్టాడు. కవిత్వంలోని చిక్కదనంవల్ల ఆ తిట్లు చక్కగా గుర్తుండిపోయాయి. ఇక్కడ శ్రీశ్రీ అనితర సాధ్యమైన విజయం సాధించాడు.

శ్రీశ్రీకి మాత్రాచ్ఛందస్సులమీద ఎంత మక్కువ, పట్టు ఉన్నాయో మనకు ప్రాసక్రీడలు చెబుతాయి. "ఛందస్సులు మూడు తెగలు. సాగదీయడానికి వీలులేనివి, కొంతవరకు సాగేవి, బాగా సాగగలవి. అంటే **rigid, semi-elastic and elastic metres**. నా ఉద్దేశంలో వృత్తాలు (గణబద్ధ ఛందస్సులు) మొదటి రకానికీ, గీతసీసాదులు రెండోరకానికీ, మాత్రాచ్ఛందస్సులు మూడో తరగతికి చెందుతాయి. అందువల్లనే మాత్రాచ్ఛందస్సులు స్వాభావికములని సూచించాను" అంటాడు శ్రీశ్రీ. ప్రాసక్రీడలలో శ్రీశ్రీ పూర్తిగా మాత్రాఛందస్సు వాడాడు. మొదటిపాదంలో 12 మాత్రలూ, రెండో పాదంలో అంతకన్నా తక్కువ మాత్రలు (11 గాని 10 గాని) వాడాడు. గురువు రెండు మాత్రలు. లఘువు ఒక మాత్ర.

బ స్త్రా ల కు బ ళ్ళ కె త్తు
2 2 1 1 2 1 2 1 - 12
ప ద్యా లా క వి త్వం
1 2 2 1 2 2 - 10

ప్రా చీ న త ప వి త్ర మా
2 2 1 1 1 2 1 2 - 12
ప ని కి రా దొ న వ త్వం
1 1 1 2 1 1 2 2 - 11

ప్ర పం చా న్ని మా డ లే ని
1 2 2 1 2 1 2 1 - 12
క వి త ని జం మా ప దు
1 1 1 1 2 2 1 1 - 10

ఇ స క లో న త ల దూ ర్చి న
1 1 1 2 1 1 1 2 1 1 - 12
ఉ ష్ట్ర ప క్షి బా ప తు
2 1 2 1 2 1 1 -10

శ్రీశ్రీ ప్రయోగ దక్షతకి పంచపదులు కూడా అద్దంపడతాయి. ఇది అనిబద్ధ కవిత్వం. అంటే ఏ నియమాలూ, నిబంధనలు పాటించని కవిత్వం. ఈ విషయంలో వచనకవిత్వం కన్నా ఇది ఎన్నో అడుగులు ముందుకు వేసింది. పదాడంబరం, శైలి విన్యాసం, లయ ఇందులో మచ్చుకుకూడా కానరావు.

ప్రధాని పండిట్ జవహరు
లాల్ నెహ్రూ లోకానికి వెలుతురు
ఐరాసకి సూపర్ సెక్రటరీ జనరలు
ఏ కూటం లోనూ ఆయన కలవరు
దేవుణ్ణయినా గుడ్డిగా కొలవరు
* * *
కామ్రేడ్ నికిటా కృశ్చేవు
భావాలకి సంకెళ్ళు లేవు
ఆయన మానవజాతినే హరించబోవు
యుద్ధానికి విధించి చావు
శాంతినౌకని చేరుస్తాడు రేవు

'పంచపదులు' రచనాకాలం 1960-64. వీటిల్లో ఆనాటి కమ్యూనిస్టు పార్టీ అభిప్రాయాలూ, ఆలోచనా సరళి వెల్లడవుతున్నాయి.

శ్రీశ్రీ అలుపు లేని అన్వేషి. వెనుదిరగని సాహసి. నిరంతర ప్రయాణీకుడు. ఏ మజిలీ దగ్గరైనా ఆగుతాడు గాని అక్కడే ఆగిపోడు. అందుకే తన అరవయ్యో ఏట (1970 తర్వాత) లిమబుక్కులు రాశాడు. ఇంగ్లీషు లిమరిక్, మన బుక్కులు కలిసి లిమబుక్కులు అయ్యాయి. ఇలా పదాలను పడుగు, పేకలా కలిపేయడం శ్రీశ్రీకి వెన్నతో పెట్టిన విద్య.

లిమబుక్కులు రచనా రీతులు గురించి ముచ్చటించుకుందాం. వాటిలోని కవితా వస్తువు గురించి చెప్పుకునే ముందు ఆనాటి చారిత్రక రాజకీయ నేపథ్యం గురించి తెలుసుకోవడం అవసరం.

ఇండోనేషియాలో వేలాది కమ్యూనిస్టుల ఊచకోత (1966), గోహత్యా నిషేధం కోసం ఢిల్లీ పార్లమెంటు భవనం మీద లక్షలాది సాధువుల దాడి (నవంబరు 1966) - ఇవి విప్లవాభిమానులను విపరీతంగా కలవరపరిచాయి. విప్లవ ప్రతీఘాత కులది ఎంత పైచేయిగా వుందో అర్థమయింది. చైనా సాంస్కృతిక విప్లవం కారుచీకటిలో కాంతిరేఖలాగా మెరిసింది. విప్లవకారులకు కరదీపికగా కనిపించింది. విప్లవాన్ని కొనసాగించాలనీ, కంటికి రెప్పలా కాపాడుకోవాలనీ సాంస్కృతిక విప్లవం చాటి చెప్పింది. నక్సల్బరీలో రేగిన నిప్పు రవ్వ (1967) శ్రీకాకుళంలో జ్వాలగా మండింది (1968). ఈ విప్లవాగ్నుల వెలుగులు మన దేశం లోని సాంస్కృతిక రంగం మీద కూడ ప్రసరించాయి. నక్సల్బరీ పోరాటం, రాజకీయాలు, సిద్ధాంతం నవతరాన్ని ఆకట్టుకున్నాయి. పాత విలువల్ని ప్రశ్నించింది నవతరం. దిగంబర కవులు ఉద్యమకారులుగా యువతరాన్ని కుదిపి వదిలిపెట్టారు. సామాజిక చైతన్యంతో పోరాటాలను అక్షరబద్ధం చేశారు 'తిరగబడు' కవులు. పోరాటాల బాటలో పాటలు పాడి, జముకులతో విప్లవ గానం చేసిన మేటి కళాకారుడు సుబ్బారావు పాణిగ్రాహి. ప్రజా కవిత్వాన్ని, ప్రజా కళలను విప్లవ పోరాటంతో మేళవించాడు పాణిగ్రాహి. ఈ విప్లవ కళాకారుణ్ణే రంగమెటియా కొండల్లో కాల్చి (22-12-1969) చంపారు. రంగు మార్చ

కుండా దిక్కు మార్చిన సంజకెంజాయ పార్టీలు కనీసం నోరు మెదపలేదు.

ఈ నేపథ్యంలో జరిగింది విశాఖపట్నంలో శ్రీశ్రీ సన్మానం (1-2-1970). "రచయితలారా మీరెటువైపు?" అని విశాఖ విద్యార్థులు విసిరిన సవాలు ఆ ఉత్సవానికొచ్చిన రచయితలను కలవర పరిచింది. రచయితలలో పోలరైజేషన్ మొదలయింది. ఎటువాళ్ళటు తేలిపోయారు. తెలుగు సాహిత్యంలో శ్రీశ్రీ సన్మానం ఒక గొప్ప మలుపు.

ఈ పోలరైజేషన్ వమ్ము చేయాలనీ, విప్లవానికి నవతరానికి శ్రీశ్రీని దూరం చేయాలనీ అభ్యుదయ సాహిత్య సదస్సు ఏర్పాటు చేశారు. ఈ సదస్సు హైదరాబాదులో 4-7-1970న జరగవలసి వుంది. కాంగ్రెసు ప్రభుత్వం ఆదరణతో, సినిమా వారి సెవెన్‌స్టార్ సిండికేట్ అండదండలతో అరసం ఈ సదస్సు నిర్వహణను చేపట్టింది. అప్పటికే కాంగ్రెసు ప్రభుత్వం శ్రీకాకుళ పోరాటాన్ని నెత్తురుటేరుల్లో ముంచెత్తుతోంది. "కసాయివాడు జీవహింస గురించి సెమినార్ పెడితే భూతదయగల వాళ్ళందరు పాల్గొనడమేనా?" అని కొడవటిగంటి కుటుంబరావు గారు ప్రశ్నించారు. ఆయన ఆలోచనను అందుకుని దిగంబర కవులు, తిరగబడు కవులు ఆ సదస్సును బహిష్కరించారు. రావిశాస్త్రి, కాళీపట్నం రామారావు గార్లు అప్పటికే శ్రీకాకుళ పోరాటం వేపు మొగ్గారు. అరసం అన్యవర్గ భావజాలానికి లోనవడం శ్రీశ్రీ, కొడవటిగంటి, కె.వి. రమణారెడ్డి గార్లకు మింగుడు పడలేదు. వీరందరు కలిసి ఆ సదస్సును బహిష్కరించి 4-7-70న విరసం స్థాపించారు. విరసం స్థాపన చారిత్రకంగా అనివార్యమయింది. దానితో ప్రభువులు ఉలిక్కిపడ్డారు. విశ్వనాథ సత్యనారాయణ, నోరి నరసింహశాస్త్రిగార్ల వంటి సంప్రదాయవాదులు విరుచుకుపడ్డారు. అరసం సహజం గానే విరసం స్థాపనను ఖండించింది. నక్సల్బరీ, శ్రీకాకుళ పోరాటాలను వ్యతిరేకించిన 'మార్క్సిస్టు'లకు విరసం కొరకరాని కొయ్య అయింది. ఇవన్నీ లిమబుక్కులలో కవితా వస్తువులు. ప్రాసక్రీడలు ప్రజాస్వామిక అభ్యుదయ దశలో రాసినవి కాగా లిమబుక్కులు పోరాట విప్లవ దశలో రాసినవి. ప్రాసక్రీడలు కవితా బాణాలయితే లిమబుక్కులు కవితా బాంబులు.

సామాజిక చైతన్యం, రాజకీయ సిద్ధాంతం, సాహిత్య సంఘాల స్థాపన - శ్రీశ్రీ కవితా జీవితంలో పెనవేసుకు పోయాయి. లిమబుక్కులలో ఇవే మనకు కనిపిస్తాయి. అక్షరాల ఆయుధాలే లిమబుక్కులు. కవితా విల్లంబులు మనందరికి అందించాడు శ్రీశ్రీ. వాటిని వాడిగా, వేడిగా ప్రయోగించి సామాన్య జనాన్ని విప్లవ కార్యాచరణకు ఉద్యుక్తుల్ని చేద్దాం. తద్వారా విప్లవ సాహిత్యాన్ని సార్థకం చేద్దాం.

విశాఖపట్టణం
10-4-1987

చలసాని ప్రసాద్

కృతజ్ఞతలు

సిప్రాలి కవితల సేకరణలో మాతో సహకరించిన సాహితీ మిత్రులు అబ్బూరి వరద రాజేశ్వరరావు, బి. నరసింగరావు, జ్యోతి లీలావతి రాఘవయ్య (హైదరాబాద్) ఆంధ్ర శేషగిరిరావు. స్థానావతి రుక్మిణమ్మ (విశాఖపట్నం) సన్నిధానం నరసింహశర్మ (గౌతమీ గ్రంథాలయం, రాజమండ్రి) సజ్జా వెంకటేశ్వర్లు (వేటపాలెం) ప్రగతి ప్రింటర్స్ పరుచూరి హనుమంతరావు గార్లకు, వసంతకు, ఆర్టిస్టులు- మోహన్, ప్రభంజన్, తుంపాల బాబూరావు, చంద్రశేఖర్‌లకు...

సిరి సిరి మువ్వ

ఒకటి మొదటి దశ

అందంగా, మధురస ని
ష్యందంగా, పఠితృ హృదయ సంస్పందంగా
కందా లోకవంద రచిం
చిందికి మనసయ్యె నాకు సిరిసిరిమువ్వా!

'ఏవేనా కొత్తవి రా
శావా? చూపించు' మంచు చంపేవాళ్ళం
తా వినడానికి నేనీ
జీవత్కృతి నాలపింతు సిరిసిరిమువ్వా!

పెసలో, బొబ్బర్లో వే
రుసెనగలో విక్రయించి రూపాయిలు బొ
క్కసమున కెక్కించడమా
పిసలైన కవిత్వ రచన? సిరిసిరిమువ్వా!

"పందిని చంపిన వాడే
కందం రాయాల" టన్న కవి సూక్తికి నా
చందా యిస్తానా? రా
సేందు కయో షరతులేల? సిరిసిరిమువ్వా!

ప్రిపారి

కుర్చీలు విరిగిపోతే
కూర్చోడం మాననట్లు గొప్ప రచనలన్
కూర్చే శక్తి నశిస్తే
చేర్చదగునాకింత చెత్త సిరిసిరిమువ్వా!

మళ్ళీ ఇన్నాళ్ళకి ఇ
న్నేళ్ళకి పద్యాలు రాయుటిది యెట్లన్నన్
పళ్ళూడిన ముసిలిది కు
చ్చిళ్ళన్ సవరించినట్లు సిరిసిరిమువ్వా!

ఖగరాట్ కృషి ఫలితంగా
పొగాకు భూలోకమందు పుట్టెను గానీ
పొగ చుట్టలెన్నియైనను
సిగరెట్టుకు సాటిరావు సిరిసిరిమువ్వా!

ఏం లాభం పెరిగిన గ
డ్డంలా దట్టంపు కారడవిలా మన దే
శంలో వ్యాపించిన ము
స్లిం లీగును చూడరాదె సిరిసిరిమువ్వా!

ప్రిపారి

ఎప్పుడు పడితే అప్పుడు
కప్పెడు కాఫీ నొసంగ గలిగిన సుజనుల్
చొప్పడిన యూరనుండుము
చొప్పడకున్నట్టి యూరు చొరకుము మువ్వా!

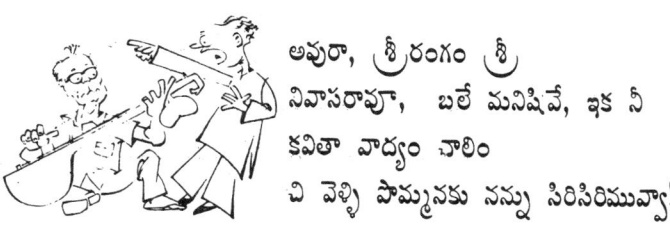

అవురా, శ్రీరంగం శ్రీ
నివాసరావూ, బలే మనిషివే, ఇక నీ
కవితా వాద్యం చాలిం
చి వెళ్ళి పొమ్మనకు నన్ను సిరిసిరిమువ్వా!

ముద్రణ: ఆంధ్రజ్యోతి మాసపత్రిక సెప్టెంబరు 1945
పునర్ముద్రణ: 1. శ్రీశ్రీ సాహిత్య సంపుటాలు 1970 రెండు కావ్య విభాగం
2. సిప్రాలి జూన్ 1981 అమెరికా

1 ఖగపతి యమృతము తేగా
భుగభుగమని పొంగి చుక్క భూమిని వ్రాలెన్!
పొగచెట్టై జన్మించెను!
పొగతాగనివాడు దున్నపోతై పుట్టున్!

ఇది నిజానికి తెలుగు చాటు పద్యం. కాని బృహన్నారదీయం నాలుగో ఆశ్వాసంలో వుందని గిరీశం వెంకటేశంతో బొంకుతాడు. (గురజాడ కన్యాశుల్కం).

* మొదటి పద్యం 'నేను' సెప్టెంబర్ '70 జ్యోతి మాసపత్రికలో వచ్చింది. 2, 3, 4, 6, 25, 26 పద్యాలు 'సిప్రాలి'లో మాత్రమే వచ్చాయి.

రెండు సంపాదక సాక్షాత్కారం

ఒకనాటి రాత్రి నే స్వ
ప్న కుటీరము అల్లుకొనుచు, నాలో నేనే
పకపక నవ్వుచు, ఊహల
షికార్లు పోదొడగినాడ సిరిసిరిమువ్వా!

మును హరిహర నాథుడు తి
క్కన గారికి కలల దారి కనపడినట్లే
మన "చక్రపాణి" రాణిం
చెను నాదు స్వప్నసీమ సిరిసిరిమువ్వా!

అనె నాత డిట్లు నన్గని,
"అనఘా, శ్రీ శ్రీనివాస, హొస విభాసా,
వినవయ్యా, నానుడివెడు
చిని పలుకులు చిత్తమలర సిరిసిరిమురళీ!

"చూశావు కదా లోకం
వేశావు కదా అభూత వేషాలెన్నో
వ్రాశావు కదా బోలెడు,
చేశావు సదా తపస్సు సిరిసిరి మౌనీ!

"నీకొక సిగరెట్టిస్తా,
నాకొక శతకమ్ము రాసి నయముగ నిమ్మా,
త్రైకాల్య స్థాయిగ నీ
శ్రీ కావ్యము వరలునోయి సిరిసిరిభాయీ!

నరవానర కిన్నర ఖే
చర దానవ యక్ష సిద్ధ సాధ్యా సాధ్యా
తిరథ మహారథులు భవత్
స్థిర కీర్తిని పొగుడుతారు సిరిసిరిగారూ!

"నీలాంటి వాళ్ళతోనే
ఈ లోకం ముందు ముందు కేగును సుమ్మా,
ఆలస్యమెందుకిక? నీ
క్ష్వేళారుత మందుకొనుము సిరిసిరినేస్తం!

"భారద్వాజస గోత్రుడ
వారబ్ధనటేశ తాండవాడంబర మం
జీరా రవాను. రణన
స్మేరానన మూర్తి నీవు సిరిసిరిరావూ!

"వాగ్నేతవు నీవె,[2] (వాగ్న్యానత లేల?) మహో
గ్రాగ్న్య ర్యేధరము నీవె, అమృత హిమానీ
రుగ్న్య గ్రోధము నీవె, అ
పృగ్న్య త్యగురుండ నీవె" సిరిసిరిసుకవీ!

"ఛవిమద్రస వద్గతుల, చ
దివెదు సుదారులకుః హృదయ తృష్ణ శమింపన్,
నవనవముగ శతకము ప్రా
సివేయు"మని మాయమాయె సిరిసిరిమువ్వా!

ముద్రణ: ఆంధ్రజ్యోతి మాసపత్రిక, నవంబర్, 1945

పునర్ముద్రణ: 1. శ్రీశ్రీ సాహిత్య సంపుటాలు 1970 రెండు కావ్య విభాగం.
2. సిప్రాలి: జూన్ 1981 అమెరికా.

1. చక్రపాణి - అసలు పేరు ఆలూరి వెంకటసుబ్బారావుగారు (1903-1975) ఆంధ్రజ్యోతి (మాసపత్రిక) సంపాదకుడు. యువపత్రిక (పాతది, కొత్తది కూడా) ప్రచురణ సంస్థ వ్యవస్థాపకుడు. చలం, కొడవటిగంటి కుటుంబరావు మొదలైన వారి రచనలను ప్రచురించారు. బడదీది, పల్లీయులు, దేవదాసు వగయిరా శరత్ నవలలను అనువదించి ప్రచురించారు. 'చందమామ' వ్యవస్థాపకులు. విజయ సిక్చర్సు అధినేతలయిన నాగిరెడ్డి, చక్రపాణిల్లో ఒకరు.

2. దీన్ని శ్రీశ్రీ తరవాత ఇలా మార్చాడు. వాగ్న్యానత లేల?

మూడు ఇష్టదేవతా ప్రార్థనం

మనమున కోరి భజింతున్
తెనాలి రామున్[1] ప్రగల్భ ధీ నిస్సీమున్,.
ధ్వని రాజ్య సార్వభౌము, రు
చి నిరుపమ కవిత్వధాము సిరిసిరిమువ్వా!

ఏడీ కవిగాడీ భువి
గాడిద యేడుపును పాడగలిగిన వాడౌ
చౌడప్ప[2] కీడు, కర ని
ష్పీడన కర్షుండు కాదు సిరిసిరిమువ్వా!

అట్టలకు నడుమ మాత్రమె
ద్రష్ట్యవ్యుడు కాని మనకు తక్కొక యెడ చూ
పట్ట డెవడట్టి టట్టిభ
సెట్టి నెదన్ బెట్టి కొలుతు సిరిసిరిమువ్వా!

అమలిన మనస్కతన్ ధ్యా
న మొనర్తును గద్య పద్య నానావిధ లా
స్యములన్ హాస్యమొలుకు కూ
ఏమంచి జగ్గకవి పలుకు సిరిసిరిమువ్వా!

నవయువకులకు నమూనా
కవియైన గిరీశ[4] మకటకట! సంఘోప
ద్రవముల సవరణ కాశిం
చి వెల్లకిలబడుట దలతు సిరిసిరిమువ్వా!

జంఘాల శాస్త్రిం,[5] మానవ
సంఘాల వ్రణాల పాలి శస్త్రిన్, స్తుత్యు
ల్లంఘన వాగ్రచనల మే
స్త్రిం ఘన భక్తిన్ స్మరింతు సిరిసిరిమువ్వా!

క్షితిలో బారిష్టరు పా
ర్వతీశమును[6] చెప్పి పిదప పలుకవలె గదా
కితకితల కితరులను, భా
సిత సిత సుశ్లోకుడతడు సిరిసిరిమువ్వా!

అల కృష్ణశాస్త్రి[7] వేమన
మెలకువ లాధునిక ఫణితి మెరపించుటచే
సులువయ్యెను నాకుభయుల
చెలిమి యొకే పద్యమందు సిరిసిరిమువ్వా!

"మకుటీకృత కాఫీ టీ
జలనిధి"[8] యనిపించుకున్న జలసూత్రం శా
స్త్రుల పాల్రాస్త్రులు కడు విల
సిలుత తెలుగు కురుపుమీద సిరిసిరి మువ్వా!

జీవితమొక యాగముగా,
భావనమొక యోగముగ, స్వభావము భోగా
భోగముగ తిరుగు తిరుపతి
జేగురు గడ్డము నుతింతు సిరిసిరిమువ్వా!

ముద్రణ: ఆంధ్రజ్యోతి మాసపత్రిక, డిశెంబరు 1945.
పునర్ముద్రణ: 1. శ్రీశ్రీ సాహిత్య సంపుటాలు 1970 రెండు కావ్యవిభాగం.
2. సిప్రాలి జూన్ 1981 అమెరికా.

1. తెనాలి రామకృష్ణ కవి (16వ శతాబ్దం). కృష్ణదేవరాయల ఆస్థానంలోని అష్టదిగ్గజాలలో ఒకడు అని చెబుతారు. ఇతని పేరు మీద బోలెడు హాస్యకథలు ప్రచారంలో వున్నాయి. వికటకవిగా పేరు పొందాడు. వీటికి చారిత్రక ఆధారాలు లేవు. పాండురంగ ప్రబంధం అనే ప్రౌఢ ప్రబంధం రాశాడు. నిగమ శర్మ, పేరులేని అతని అక్క పాత్రల చిత్రణ చెప్పకోదగింది.

2. చౌడప్ప (17వ శతాబ్దం). ఇంటి పేరు కుందవరపు. కుందవరపు కవి చౌడప్పా అనే మకుటంతో శతకం రాశాడు. కందపద్యంలో దిట్ట. తిట్టుకవి, బూతుకవి, నీతికవి అని పేరు మోసిన వాడు. పద్యాలలో బూతులు బాహాటంగా వాడాడు.

3. కూచిమంచి జగ్గకవి (18వ శతాబ్దం). నీలాద్రిరాజు మెప్పకోసం అతడి ఉంపుడు గత్తెమీద ముందు 'చంద్రరేఖా విలాసం' రాశాడు. రాజు ఆదరించలేదు కనక దాన్ని 'విలాపం'గా మార్చాడు. అందులోనూ, ఇందులోనూ కూడా అసభ్య శృంగారం చోటు చేసుకుంది. నీలా సుందరి పరిణయం (అచ్చ తెలుగుకావ్యం) రాసిన కూచిమంచి తిమ్మకవి తమ్ముడితడు.

4. గురజాడ అప్పారావు (1861-1915)గారి కన్యాశుల్కం నాటకంలో కీలక పాత్ర గిరీశం. రాబోయే వ్యాపార నాగరికతనీ, పారిశ్రామిక వ్యవస్థనీ పసిగట్టగలిగాడు. సొమ్ము చేసుకుని, సుఖ జీవనం కొనసాగించాలని పథకం వేసుకున్నాడు. అందుకు అనుకూలంగా వేష భాషలు మార్చిన కుహనా ఆధునికుడు.

5. 'సాక్షి' వ్యాసాల నిండా అనర్గళంగా ఉపన్యాసాలిస్తాడు జంఘాల శాస్త్రి. సంఘంలో కుళ్ళునీ, దురాచారాలనీ దుయ్యబడతాడు. 'సాక్షి' వ్యాసాలు ఆరు సంపుటాలుగా వెలువడ్డాయి. రచన పానుగంటి లక్ష్మీ నరసింహారావు (1865-1940)గారు. రచనాకాలం 1913-1933. చిన్న విషయాన్ని తీసుకుని విస్తృతంగా 'పెంచుకుంటూ రాయడం' పానుగంటి వారి ప్రత్యేకత.

6. బారిస్టరు పార్వతీశం నవల మొదటి భాగం 1925 లో అచ్చయింది. పల్లెటూరి నుంచి పైచదువుల కోసం ఓడలో లండన్ వెళ్ళిన పార్వతీశంగారి వింత, విచిత్ర ప్రవర్తన మనకు చాలా వినోదం కలిగిస్తుంది. ఈ నవల రాసింది మొక్కపాటి నరసింహశాస్త్రి గారు (1892-1972)

7. దేవులపల్లి కృష్ణశాస్త్రిగారు (1898-1980). వేమన బాణిలో పద్యాలు రాశారు. పేరు చెప్పకపోతే ఆ పద్యాలు వేమన రాశాడన్నట్టుగానే వుంటాయి. వేమన గొంతు అంతబాగా పట్టుకోగలిగారు భావకవి కృష్ణశాస్త్రిగారు. వాళ్ళిద్దరి మేలు కలయిక వల్ల పద్యస్వరూపం శ్రీశ్రీకి బాగా తెలిసింది.

8. జలసూత్రం రుక్మిణీనాథశాస్త్రి గారు (1914-1968). ప్రసిద్ధ కవుల సుప్రసిద్ధ గేయాలకు పేరడీలు రాసి పేరడీశాస్త్రిగా పేరు పొందారు. వీరి రచనల్లో వ్యంగ్యం, హాస్యం తొణికిసలాడతాయి.

చళుకీకృత కాఫీటీ
జలనిధి! ఖిల్లీ సహస్ర చర్వణచణ! ని
ర్మల ధూమోజ్వల పరివే
ష లసన్మూర్తీ సిజర్సు సారజ్ఞమణీ

కాటూరి వెంకటేశ్వరరావుగారు 1936 లో సిజర్సు శిరోమణి పేరున పంచరత్నాలు రాశారు. వాటిల్లో మొదటి పద్యం ఇది. **జలనిధి అంటె జలసూత్రం రుక్మిణీనాథశాస్త్రి.**

నాలుగు శ్రీరంగ నీతులు

పాతబడి కుళ్ళిపోయిన
నీతులనే పట్టుకుని మనీషుల మంటూ
నూతన జీవిత లహరికి
సేతువు నిర్మింతురేల? సిరిసిరిమువ్వా!

వ్యాపార ప్రకటనలే
వ్యాపించుట చేత నేటి పత్రికలందున్
రాపిడిపడి సత్యం కా
శ్రీ పయనం కట్టెనయ్యో సిరిసిరిమువ్వా!

సంగ్రామ సింహమై ఒక
కాంగ్రెస్ నాయకుడు కదలగా అతని వెం
టం గ్రామసింహమై నడ
చెం గ్రుడ్డిగా వేరొకండు, సిరిసిరిమువ్వా!

వైవాహిక జీవితములు
దావాలకు దారితీసి తగలడిపోతే
కేవలము పెళ్ళిమాని ఖు
షీవాలా లగుటమేలు, సిరిసిరిమువ్వా!

మీసాలకు రంగేదో
వేసేస్తే యౌవనం లభించదు నిజమే!
సీసా లేబిల్ మార్చే
స్తే సారా బ్రాంది యగునె? సిరిసిరిమువ్వా!

రమ్మని ఆహ్వానిస్తే
పొమ్మనడం పాడికాదు పూవిల్తుని రా
జ్యమ్మునకున్, మధుశాలకు-
చెమ్మ సుమీ రెండు చోట్ల, సిరిసిరిమువ్వా!

మాస్కోకు వెళ్ళగలిగే
ఆస్కారం లేకపోయినప్పటికైనన్
విస్కీ సేవిస్తూనే
శ్రీస్కీనై బతకగలను, సిరిసిరిమువ్వా!

అంతా సుధా ఘటేశులె,
అంతింతో ఆచమాన మడిగేవారే,
పంతానికి మాత్రం శివ
చింతా దీక్షితుల మండ్రు, సిరిసిరిమువ్వా!

ఉగ్గేల త్రాగుబోతుకు?
ముగ్గేలా తాజమహలు మునివాకిటిలో?
విగ్గేల కృష్ణశాస్త్రికి?
సిగ్గేలా భావకవికి? సిరిసిరిమువ్వా!

నీత్యవినీతులలో గల
వ్యత్యాసము తెలిసినట్టి వాడెవ్వడు? నా
కత్యవసరమొకటే, ఔ
చిత్యం వర్తనమునందు, సిరిసిరిమువ్వా!

ముద్రణ: ఆంధ్రజ్యోతి మాసపత్రిక జనవరి 1946
పునర్ముద్రణ: 1. శ్రీశ్రీ సాహిత్య సంపుటాలు 1970 రెండు కావ్య విభాగం.
2. సిప్రాలి జూన్ 1981 అమెరికా.

1. రమ్మని ఆహ్వానిస్తేలో శ్లేష (రెండర్థాలు) వుంది.
'రమ్' మత్తు పానీయం
'రమ్మని' రమ్ము అని
2. పూవిల్తుని రాజ్యమ్ము అంటే యోని

ఐదు వైరాగ్యపద్ధతి

బేషరతు బ్రతుకు కోసం
శోషిల్లెదు మామకాత్మ చుట్టూ ఏవో
ఘోషలతో నియమా లా
శ్లేషిస్తే ఏది దారి? సిరిసిరిమువ్వా!

నాకూ ఈ లోకానికి
తూకం సరికుదరలేదు తొలినుంచీ, అ
బ్బే! కప్పల తక్కెడ వలె
చీకట్లో చిందులాట సిరిసిరిమువ్వా!

ముందుకు పోతానంటే
ఎందుకు నీ విరగబాటు ఇటనే నిలుచో
మందురు, వెనక్కి పోవల
సిందని శాసింత్రు కూడ సిరిసిరిమువ్వా!

గడియారం వెనుకకు త్రి
ప్పేదువారే నేడు మనకు పెత్తనదారుల్
నడికడలిని పడవను ముం
చెడు నావికులిట్టివారె సిరిసిరిమువ్వా!

స్వాతంత్ర్యం సామ్యం సౌ
భ్రాతృత్వములనుచు చిలుక పలుకులతోడన్
నూతన నిగళ నిబంధన
చేతస్కులు వెలసినారు సిరిసిరిమువ్వా!

ఇంతెందుకు? వింతలలో
వింతైన విశేషమొకటి వినిపిస్తున్నా,
సొంతంగా సొంతంగా
చింతిస్తే పెద్దతప్పు, సిరిసిరిమువ్వా!

తలకాయలు తమతమ జే
బులలోపల దాచుకొనుచు పోలింగుకు పో
వలసిన రోజులు వస్తే
సెలవింక డెమొక్రసీకి సిరిసిరిమువ్వా!

గొర్రెల మందగ, వేలం
వెర్రిగ ఉద్రిక్తభావ వివశులయి జనుల్
కిర్రెక్కి పోయినప్పుడు
చిర్రెత్తుకు వచ్చునాకు సిరిసిరిమువ్వా!

ఈ రోజులలో ఎవడికి
నోరుంటే వాడె రాజు, నూరుచు మిరియా
కారాలు, తెగబుకాయి
స్తే రాజ్యాలేలవచ్చు సిరిసిరిమువ్వా!

యుద్ధం పోతేనేం? వా
గ్యుద్ధాలూ, కాగితాల యుద్ధాలూ లో
కోద్ధరణ పేర మళ్ళీ
సిద్ధమురా కుందవరపు సిరిసిరిమువ్వా!

ముద్రణ: ఆంధ్రజ్యోతి మాసపత్రిక ఫిబ్రవరి 1946.
పునర్ముద్రణ: 1. శ్రీశ్రీ సాహిత్య సంపుటాలు 1970 రెండు కావ్యవిభాగం.
2. సిప్రాలి జూన్ 1981 అమెరికా.

ఆరు మూర్ఖ పద్ధతి

నేనూ ఒక మూర్ఖుణ్ణే
ఐనా నాకన్న మూఢులగపడుతుంటే
ఆనంధ పారవశ్యము
చే నవ్వక తప్పలేదు సిరిసిరిమువ్వా!

పెద్ద చెరువు దోమలలో
పెద్దదయిన దిబ్బశర్మ పేరింటిది తా
మొద్దబ్బాయి చరిత్ర ర
చిద్దామని సిద్ధపడదె సిరిసిరిమువ్వా!

హాస్య రచనలో నొక్కర
హాస్యం కలదనగవచ్చు నది యేదన్నన్
వేశ్యామాతల సన్నిధి
శిష్యరికం ఆరునెలలు సిరిసిరిమువ్వా!

పెదబాలశిక్ష చదివీ
చదవడమే తడవుగాగ సాహిత్య విశా
రదులయినట్లుగ భావిం
చెదరు గదా కొంతమంది సిరిసిరిమువ్వా!

మేం గొప్పవాళ్ళమంటూ
సంగీతం తీయునట్టి చవటల నెల్లన్
బంగీకట్టి పయోరా
శిం గూలగ ద్రోయవలదె సిరిసిరిమువ్వా!

ఎన్నికలకు నిలుచుంటే
తన్నెదిరించిన సమస్త తదితరుల పయిన్
మన్నెత్తిపోయు వీరుని
చెన్నెవ్వడు పొగడగలడు సిరిసిరిమువ్వా!

ఏ యెండకు సరిపోయే
ఆయా గొడుగుల ధరించు నాతని బ్రదుకే
హేయ మటువంటి మానిసి
చేయదు తుదిచిల్లిగవ్వ సిరిసిరిమువ్వా!

తాదెచ్చిన కుందేటికి
పాదమ్ములు మూడెయనుచు పైగా తన దు
ర్వాదానికి స్టాంపుగల ర
సీదిస్తానను నొకండు సిరిసిరిమువ్వా!

పనిలేని యట్టి మంగలి
యనుకొని మార్జాల శీర్షమును గొరిగెడు తీ
రున రాస్తానేదో, రా
సిన దానికి కోపమేల? సిరిసిరిమువ్వా!

ముద్రణ: ఆంధ్రజ్యోతి మాసపత్రిక ఏప్రిల్ 1946.
పునర్ముద్రణ: 1. శ్రీశ్రీ సాహిత్య సంపుటాలు 1970 రెండు కావ్య విభాగం.
2. సిప్రాలి జూన్ 1981 అమెరికా.

ఏడు LES GESTES SURREALISTS[1]

హిప్పోపొటామ[2] సొక్క బి
షప్పును గని యడిగెనిట్టు "స్వామీ! మీరె
ల్లప్పుడు చెప్పిందాన్నే
చెప్పడమెంచేత?" ననుచు సిరిసిరిమువ్వా!

భోషాణ ప్పెట్టెల్లో
ఘోషా స్త్రీలను బిగించి గొళ్ళెం వేస్తూ
"భేషు బలే బీగా" లని
శ్లేషించెను సాయిబొకడు సిరిసిరిమువ్వా!

ఆకస్మికముగ బాల
వ్యాకరణములో విభక్తి ప్రత్యయముల దా
నాకటిచే కాబోలును
చేకొని భక్షించెనొకడు సిరిసిరిమువ్వా!

"దెయ్యాలను చూపిస్తా
నయ్యా!" రమ్మనుచు నొక్క ఆసామీ నా
కయ్యో, తన కూతుళ్ళను
చెయ్యూపుచు పిలిచి చూపె సిరిసిరిమువ్వా!

విసుమానముగ ఖరక్ష్టీ
రసాగర గరంగరం తరంగాంతర దీ
ర్ఘ సుషుప్తిలోంచి మేల్కాం
చి సలాం కావించెనొకడు సిరిసిరిమువ్వా!

బంగాళాఖాతంలో
సంగీతం పారవైచి సాయంకాలం
కాంగానే ఆకాశపు
చెంగావిని త్రాగెనొకడు సిరిసిరిమువ్వా!

ఒక ప్రాణం పోయిన పి
ల్లికూన తోకకొన కౌగిలించుకొని, పిపీ
లికలకు దానిని చూపిం
చి కోపముగ నవ్వెనొకడు సిరిసిరిమువ్వా!

కప్పలను తెచ్చి ఒక రా
చ్చిప్పం బడవైచి కండ చీమలతో కా
రప్పిండి జల్లితింటే
చిప్పిల్లునె కవనధార? సిరిసిరిమువ్వా!

బీడీలు కాల్చుకుంటూ,
గాడిదలను తోలుకొంటు, కసరత్ చేస్తూ
పాడుకొను నెవడు వాడే
జీడికి రాజగును నేడు సిరిసిరిమువ్వా!

ఇటువంటి పద్యములు నే
ఘటికా శతముల్ రచించగల నైతేనేం?
కుటిలమతులైన కొందరు
చిటిలింతురు కనులబొమల సిరిసిరిమువ్వా!

ముద్రణ: ఆంధ్రజ్యోతి మాసపత్రిక మే 1946.
పునర్ముద్రణ: 1. శ్రీశ్రీ సాహిత్య సంపుటాలు 1970 రెండు కావ్యవిభాగం.
2. సిప్రాలి జూన్ 1981 అమెరికా.

1. సర్రియలిస్టుల భావ భంగిమలు.
2. పెద్ద జంతువు, అతిపెద్ద నోరు గలది. నేలమీదా నీటిలోనూ కూడా మనగలదు.

ఎనిమిది కుకవినింద

నాకేమో లోకంలో
కాకవులే కానరారు, కవిదూషణ న
న్నాకర్షించదు, రచనో
త్సేకాన్నే మెచ్చుకొందు సిరిసిరిమువ్వా!

అయినా ఈ కాలంలో
కయితల్ చవకైన యట్లు కనిపించున్, ని
శ్చయముగా కొందరు చేసే
చెయిదములను తిట్టవలదె? సిరిసిరిమువ్వా!

అవురా, మన తెలుగింట్లో
కవిరాజులు, కవివరాహ గార్దభకునకా
ద్యవతార మూర్తులెందరొ
శివమెత్తినటుల్ నటింత్రు సిరిసిరిమువ్వా!

ఓ, అంతా కవులే, అ
ఆ ఇ ఈలైనరాని యంబ్రహ్మలె, మే
మా బుషులం అని, చీ
చీ, ఎంతటి నవ్వుబాటు సిరిసిరిమువ్వా!

ఇమిటేషన్ తప్ప స్వతం
త్రముగా నూహించగల మెదడులేకసమ
ర్థముగా కృతులను విరచించి,
మమ్ములను పొగడుమంద్రు సిరిసిరిమువ్వా!

బండెడు చెత్తను ఛంద
శ్ఛందముగా పోగుచేసి స్వారస్యము చూ
డండని రంకెలు వేస్తే
చెండాడెద నట్టివారి సిరిసిరిమువ్వా!

పూర్వుల వలె వ్రాస్తేనే
సర్వత్రా మంచిదనుచు స్వాతంత్ర్యశిఖిన్
ఖర్వమొనరింపగ గుండెయొ
చెర్వోనే చెప్పలేను సిరిసిరిమువ్వా!

మునుపటి వలె కాదంటా,
మన లోకం రూపమసలె మారిందంటా,
వెనుకటి గొప్పలు తలపో
సిన లాభం బండిసున్న సిరిసిరిమువ్వా!

శుష్కచ్ఛాందస కవిజన
ముష్కరులకు సొంటిపిక్క మూర్ఖమ్మున కా
యుష్కర్మము, తదుపరి శో
చిష్కేశున కప్పగింత సిరిసిరిమువ్వా!

రాజీనామాలేల? అ
భోజనములవేల? వెర్రిమొర్రి వెర్రి పనులతో
భ్రాజత్కవిధా వీధి మ
హీజుష్టము చేయనేల? సిరిసిరిమువ్వా!

కుకవియన నా మతంలో
ఒకడే, తన గొప్ప యెదిరి న్యూనత చూసే
వికలమతి, వానిపై నా
చికటారిని నూరదలతు సిరిసిరిమువ్వా!

ముద్రణ: ఆంధ్రజ్యోతి మాసపత్రిక ఆగస్టు 1946.
పునర్ముద్రణ: 1. శ్రీశ్రీ సాహిత్య సంపుటాలు 1970 రెండు కావ్యవిభాగం.
2. సిప్రాలి జూన్ 1981 అమెరికా.

1. యంత్రబ్రహ్మ అంటే తెలివిలేని వాడు. వైదిక పరిభాష విపరిణామం చెంది వాడుకలో ఈ అర్థం వచ్చింది.

తొమ్మిది (ఉపాలంభనం)

(మదరాసు ప్రభుత్వం 'ప్రజారక్షణ' ఆర్డినెన్సు జారీ చేసిందని విన్నాక)

దేశం కోసం త్యాగం
చేశామని చెప్పి పదవి చేపడగానే
చూశారా! మన కాంగ్రెస్
చేసిన పని సిగ్గుచేటు, సిరిసిరిమువ్వా!

నిజమైన శత్రువులతో
భుజం కలిపి-ప్రజల బాధ పొడిగించే, స్వీ
యజనుల హింసించే ఫా
సిజపున్ ధోరణి వహించె సిరిసిరిమువ్వా!

దేన్నైతే పూర్వం కా
దన్నామో, రాక్షసత్వమని యెంచామో,
దాన్నే ఆరాధిస్తే
చిన్నతనం వేరెకలదె? సిరిసిరిమువ్వా!

మన కాంగ్రెసని యసెంబ్లీ
కనుపగ నది యున్న స్వేచ్ఛ నవరోధించెన్,
మనసు నపుంసకమని పం
చిన దయితన్ దవిలినట్లు, సిరిసిరిమువ్వా!

దేవుడి పేరిట ఏవే
వో వెధవపనుల్ పొనర్చుచున్నదె కద, హిం
సావాదం గాంధీజీ
సేవకులే చేయలేదె! సిరిసిరిమువ్వా!

చీకటి బజారులో (వే
ళాకోళం కాదు) లక్షల కొలందిగ మ
స్కా కొట్టిన వాళ్ళంతా
శ్రీ కాంగ్రెస్‌వాదులౌర! సిరిసిరిమువ్వా!

గౌను బనాయిస్తే దొర
సానిగ గడసాని మారజాలునే? ఖాదీ
తానులు సైతాను ధరి
స్తే నాయకుడెట్టు లవును? సిరిసిరిమువ్వా!

కోట్లకొలది ప్రజలను చీ
కట్లోపల వదిలి నేటి కాంగ్రెస్ రాజ్యం
కాట్లాటల పోట్లాటల
చీట్లాటగ మారిపోయె, సిరిసిరిమువ్వా!

అసలు సమస్యలు గ్రాసం,
వసనం, వాసం! అలాంటి వాటిని చూపే
పస లేక గింజుకొని చ
చ్చి సున్నమవుతోంది ప్రభుత! సిరిసిరిమువ్వా!

ఎన్నాళ్ళీ దారిద్ర్యం?
ఎన్నాళ్లీ అస్వతంత్ర హీనస్థితి? ఇం
కెన్నాళ్ళీ వైఫల్యం?
చెన్ననగర రాజ్యమందు, సిరిసిరిమువ్వా!

ముద్రణ:ఆనందవాణి వారపత్రిక 16-3-1947
పునర్ముద్రణ (1) శ్రీశ్రీ సాహిత్య సంపుటాలు 1970 రెండు కావ్య విభాగం
(2)సిప్రాలి జూన్ 1981 అమెరికా

1. దీనిని ప్రకాశం ఆర్డినెన్సు అనేవారు. ఆ నాటి ప్రధాన మంత్రి (30-4-46 - 23-3-47) టంగుటూరి ప్రకాశం పంతులుగారు. రాష్ట్ర ముఖ్యమంత్రిని అప్పుడు ప్రధాన మంత్రి అని వ్యవహరించే వారు: కాంగ్రెసు వారి ముఠా తగాదాల మూలాన ప్రకాశం పంతులు గారి పదవి ఊడి పోయింది. ఈ ఆర్డినెన్సు కింద రాష్ట్ర మంతటా పెద్ద పెట్టున కమ్యూనిస్టులను అరెస్టు చేశారు. రాయవెల్లూరు జైలులో అట్టిపెట్టారు.

పది చాటువులు

వ్యవహారాంధ్రం జీవ
ప్రవాహమది వదిలిపెట్టి పాతదయిన స్థా
ణువయిన గ్రాంధిక భాషను
చెవినెవ్వడు పెట్టు నేడు సిరిసిరిమువ్వా!

జగణంతో జగడం కో
రగా దగదు కాని దాని రస్సాగొయ్యా
నగలాగ వెలుగును గదా
చిగిర్చితే నాలుగింట సిరిసిరిమువ్వా!

కందం తిక్కనగారిది[2]
కుందవరపు[3]వారి ముద్దుకుర్రని దంతే,
అందరి తరమా కందపు
చిందుల కిటుకుల్ గ్రహింప సిరిసిరిమువ్వా!

భాషకొక స్థాయినిచ్చే
ప్రాసలు యతు లలంకృతులు వ్యాకృతులయ్యో
పైసొగసు పూతకైతే
చేసేదేమున్నదింక! సిరిసిరిమువ్వా!

తేనెకు సీసా, బంగరు
పళ్ళెమునకు గోడచేర్పు కావాలి సరే
మధుకనక ప్రాముఖ్యం
సీసా గోడలకు లేదు సిరిసిరిమువ్వా![4]

ముద్రణ: ఆనంద వాణి వారపత్రిక 30-3-1947

పునర్ముద్రణ (1) శ్రీ శ్రీ సాహిత్య సంపుటాలు 1970 రెండు కావ్య విభాగం
(2) సిప్రాలి జూన్ 1981 అమెరికా

1. కంటికింపయిన యతి (శ్రీ శ్రీ రాసిందే)
2. మహాభారతాన్ని తెనిగించిన కవిత్రయంలో రెండవ వాడు తిక్కన (13 వ శతాబ్దం). విరాట పర్వం మొదలుకొని తక్కిన 15 పర్వాలు అనువదించాడు. కంద పద్యం నడకలో కడు నేర్పరి. నాటకీయతకు, తెలుగు పదాలకు పెట్టింది పేరు.
3. కుందవరపు కవి చౌడప్ప కూడా కందం రాయడంలో అందె వేసిన చేయి.
4. స్వచ్ఛంద కందం (శ్రీ శ్రీ రాసిందే)

పదకొండు చాటువులు

కోయకుమీ సొరకాయలు
వ్రాయకుమీ నవలలని అవాకుచెవాకుల్
డాయకుమీ అరవ ఫిలిం.
చేయకుమీ చేబదుళ్ళు సిరిసిరిమువ్వా!

ఊళ్ళో తిరిగే కుక్కలు
మళ్ళీ కనబడని యెడల మనకేం పోయెన్
జిల్లా కలెక్టరున క
ర్జీ ల్లిఖియించిన పనేమి సిరిసిరిమువ్వా!

జెండా ధరించి కేకల
ఖండంగా వేసివేసి ఖైదుకుపోతే
పండువలె జాజిపూవుల
చెండువలెన్ పడునె స్వేచ్ఛ సిరిసిరిమువ్వా!

బారెట్లా అయితే సాం
బారెట్లా చెయ్యగలడు? భార్య యెదుట తా
నోరెట్లా మెదలించును?
చీరెట్లా బేరమాడు? సిరిసిరిమువ్వా!

ఈ కావ్యం దట్టమగు పొ
గాకు పొగల నట్టనడుమ కాంచెను జన్మన్
లోకంలో సహృదయులె
చేకొందురు గాక దీని సిరిసిరిమువ్వా!

సి(పాలి

ఈ శతకం యెవరైనా
చూసి, చదివి, వ్రాసి, పాడి, పొగసిన, సిగరెట్
వాసనలకు కొదవుండదు
శ్రీశు కరుణ బలిమివలన సిరిసిరిమువ్వా!

ముద్రణ: ఆనంద వాణి వార పత్రిక 16-4-1947
పునర్ముద్రణ (1) శ్రీ శ్రీ సాహిత్య సంపుటాలు 1970 రెండు కావ్య విభాగం
(2) సిప్రాలి జూన్ 1981 అమెరికా

పన్నెండు రుక్కుటేశ్వర శతకం
(సీరియస్‌గానే)

(అంకితం: జలాలుద్దీన్ రుమీకి; రుక్కాయి! అందరికీ అందరూ సన్మానాలు చేస్తున్నారు: నీకు మేమెందుక్కూడదూ? అందుకో ఈ నూటపదార్లు.)

ద్విగుణీకృత కర్తరికా
సిగరెట్ పొగరీకృతుండు, జిహ్వాగ్ర నటత్
భుగభుగ భుగాయితోజ్జ్వల
రిగసా పగరీ గరీసరిగ సౌరుండున్

రుక్కునకు, ఆగ్రహము గల
ముక్కునకు, విచిత్రభావముఖరిత వాణీ
భాక్కునకున్, తెగవాగెడి
డొక్కునకున్, సాటిలేని దుబుదుక్కునకున్!

రుక్కయ్యా! నీకితరులు
లెక్కయ్యా! వాణికీవు లిప్‌స్టిక్కయ్యా!
నక్కయ్యా! బసవయ్యకు
డెక్కయ్యా! జగతి నీకు ఓడిక్కయ్యా!

అవధరింపుము బుగ్గేవా!
వచియించె "వరద"[2] లోగడ
రచింతునని రుక్కుటేశ్వర శతకమును మే
మచలిత ధైర్యమ్మున నా
మ చౌర్యమొనరించినాము మన్నించు జరూ!

పిల్లులు పిల్లలు బెట్టును,
నల్లను ద్రావెడి కతాన నల్లియనబడెన్,
అల్లురు దశమోగ్రహములు
వెల్లుల్లికి తీపిలేదు విశ్వమున, జరూ!

శాస్త్రిని చేబదులడగకు,
నిస్త్రింశము దూయవద్దు నీపై నీవే,
నిస్త్రాణ పడకు రతిలో,
వస్త్రమ్ములు విప్పి నడువవలదయ్య, జరూ!

క్రాస్వర్డు పజిలు సాల్వకు,
భాస్వరమును ముట్టుకొనకు భగ్గున మండున్,
బాస్వెలు[3] జాన్సను[4] శిష్యుడు,
విశ్వామిత్రుడు మహర్షి వేదమున జరూ!

సిప్రాలి

ట్రాములు మెల్లగ నడుచును
చీమలతో పోల్చునెడల చెచ్చెర నడలన్
భూమీసుత రాముని సతి,
రాముడెవడు? భూమిసుతకు రమణుండె, జరూ!

వాగ్వాదము ఖేదమగున్,
భాగ్వతమనరాదు భాగవతమన వలయున్,
దిగ్వాసుడు శంకరుడే,
ఋగ్వేదము బొమ్మరిల్లు ఋషితతికి జరూ!

సింహాలకు **ZOO**లుండును,
సంహారమె సృష్టియగును సామాన్యముగా,
అంహస్సె యౌను పుణ్యము,
somehow మనకవనమిట్లె స్రవియించు జరూ!

విప్రుల వాక్యం ముందట
అప్రాచ్యుల ధిక్కారింపు లాగవనుచు వే
దప్రామాణ్యముగా రా
యప్రోలు[5] వచించుమాట సార్థకము, జరూ!

జట్కాలకీ, సైకిళ్ళకీ,
రిక్షాలకీ, మోటార్లకీ, రైలుబళ్ళకీ
ఇత్యాది శకటాలకి
చక్రాలుంటాయ్ ప్రమాణపూర్తిగా, జరూ!

షరా: ఆఖరి పద్యంలో గణాలూ, యతిప్రాసలూ, లేవనుకోవద్దు. శకటాల గురించి పద్యం కనక నడకా, వడీ ఎలాగూ తప్పవు. ప్రాస బండీ రా.

ముద్రణ: ఢంకా మాస పత్రిక అక్టోబరు 1947
పునర్ముద్రణ శ్రీ శ్రీ సాహిత్య సంపుటాలు రెండు కావ్య విభాగం

గోల్డ్ వ్యామోహం చెడ్డది
మైల్డ్ వ్యాయామం శరీరమాద్యం ఖలుడా,
చైల్డ్ వ్యాపారం కూడదు
ఓల్డ్‌వ్యూలను హోల్డు చేయకుండమురా, జరూ!

ఈ ఒక్క పద్యం మాత్రం విడిగా తెలుగు స్వతంత్ర వారపత్రిక 11-9-1953సంచికలో అచ్చయింది. శ్రీ శ్రీ సాహిత్య సంపుటాల్లో మాత్రం ఇదీ చేరింది.

1. జలసూత్రం రుక్మిణీ నాథశాస్త్రి (1914-1968) గారిని సాహిత్యలోకంలో అందరూ ఆప్యాయంగా రుక్కాయి అనే వారు. ఇంటి పేరులో మొదటి అక్షరం 'జ' పేరులో మొదటి అక్షరం 'రు' కలిపి జరూ అని సంబోధిస్తూ రాసిందీ శతకం.

2. అబ్బూరి వరద రాజేశ్వర రావు (1923 -) కవి, రచయిత, విమర్శకుడు. 'అనంతం' లో శ్రీ శ్రీ తన గురువుగా పేర్కొన్న అబ్బూరి రామకృష్ణారావు గారి కొడుకు. మంచి చమత్కారి, సంభాషణా ప్రియులు.

కొంత కాలం 'ఉదయం' దిన పత్రిక లో 'వరద కాలం' రాశారు. ఇప్పుడు ఆంధ్రప్రభ సచిత్ర వార పత్రికలో 'కవన కుతూహలం' అనే శీర్షిక రాస్తున్నారు. ప్రస్తుతం హైదరాబాద్ లో వుంటున్నారు.

3. జేమ్సు బాస్వెల్ (1740-1795) స్కాట్లండు దేశస్థుడు. రచయిత, కవి. 1762లో జాన్సన్ తో పరిచయమయింది. జాన్సన్ జీవిత చరిత్ర రాశాడు. జీవిత చరిత్ర రాయడానికి ఇవాళ్టికీ దాన్ని మార్గ దర్శకంగా తీసుకుంటారు.

4. శామ్యూల్ జాన్సన్ (1709 -1784) ఇంగ్లీషు భాషకి తొలి నిఘంటువు రాశాడు. కవుల చరిత్ర కూడా రాశాడు. రచయత, కవి, విమర్శకుడు. దేనిమీదయినా సాధికారంగా చెప్పేవాడు. రాసేవాడు.

5. రాయప్రోలు సుబ్బారావు గారు (1892 - 1984) భావ కవిత్వ ఆద్యుడు. ప్రభోద కవిత్వ మార్గదర్శి . కవితాంజలి, జడకుచ్చులు, రమ్యాలోకం, ఆంధ్రావళి లలిత, కష్టకమల వగయిరా కావ్యాలు రాశారు.

పదమూడు

అదిరా అసలు రహస్యం
చదవేస్తే ఉన్న తెలివి జారిన రీతిన్
పదవీ స్వీకారంతో
మది చెదిరెను భారతీయ మంత్రులకు జరూ!

కాంగ్రేసు వారి రాజ్యం
ఆంగ్రేజీ పాలనమ్ము ఆంధ్రుల కొకటే
ఏం గ్రహచారం మన రా
ష్ట్రం గ్రేష్మపు పిల్లయేటి సామ్యమ్మే జరూ!

వెళ్ళిరి దొరలను కుంటే
కోళ్ళు తినే వాళ్ళ బదులు గొర్రెల్ని తినే
వాళ్ళొచ్చినట్లు కాంగ్రెస్
కుళ్ళాయిల వాళ్ళ వల్ల ఘోరాలు, జరూ!

రుద్రాక్ష పిల్లి బాపతు
మద్రాసున కాంగిరెస్సు మంత్రివర్యులు శ్రీ
మద్రాసు రాజ్యమంటూ
భద్రంగా ప్రజలనెల్ల భక్షింత్రు జరూ!

మార్షలు[1] ప్రణాళికకు మన
సర్షణ్ముఖ చెట్టియారు[2] స్వాగతమిస్తే
హర్షిద్దామని కొందరు
వర్షానికి చాతకాలవలె కలరు జరూ!

దోచేసే వాళ్లను ఏ
దో చేస్తుందని శివాశతో చూస్తుంటే
దోచేస్తోంది కదా కం
చే చేనుమేసినట్టు లీ ప్రభుత జరూ!

ముద్రణ: విశాలాంధ్ర ప్రజల మాస పత్రిక ఆగస్టు 1948
పునర్ముద్రణ శ్రీ శ్రీ సాహిత్య సంపుటాలు 1970 రెండు కావ్య విభాగం
మరో మూడు యాభయిలు లో కొన్ని అచ్చయ్యాయి.

1. రెండో ప్రపంచ యుద్ధం ముగిశాక కమ్యూనిజం వ్యాప్తిని అరికట్టడానికి అమెరికా వేసిన అనేక పథకాల్లో ఇదొకటి. జార్జి మార్షల్ (అమెరికా దేశీయాంగ కార్యదర్శి) 1947లో ప్రవేశ పెట్టాడు. ఆర్థిక సాయం పేరుతో అన్ని దేశాలను తన గుప్పెట్లో ఉంచుకోవడమే అమెరికా ఉద్దేశ్యం.

2. మన సర్ షణ్ముఖ చెట్టియార్‌ను శ్రీ శ్రీ సంధి కలిపి మనసర్షణ్ముఖ అన్నాడు. షణ్ముఖంచెట్టి (1892-1953)కి ఆరు ముఖాలు. 1. ధనస్వామి 2. న్యాయవాది 3. బ్రిటిష్ బిరుదాంకితుడు 4. వాణిజ్య పూజ్యుడు 5. రాజకీయవేత్త 6. అర్థశాస్త్ర పండితుడు. అమెరికాకు పంపిన వాణిజ్య ప్రతినిధి వర్గానికి నాయకుడు (1941-42). 1945 నుంచి ఇండియన్ టారిఫ్ బోర్డు సభ్యుడు. బ్రెటన్‌వుడ్స్ (అమెరికా)లో జరిగిన ఆర్థిక మహా (1946) సభకు భారతదేశ ప్రతినిధిగా హాజరయ్యారు. IMF (ఇంటర్నేషనల్ మానిటరీ ఫండ్), WB (వరల్డ్ బ్యాంకు) స్థాపించాలనే నిర్ణయాలు ఈ మహాసభలోనే తీసుకున్నారు. మన దేశాన్ని సామ్రాజ్యవాద దేశాలకు తాకట్టు పెట్టాలనే కుట్ర ఈ సభలోనే జరిగింది. వివరాలకు కాళీపట్నం రామారావుగారి 'కుట్ర' చదవొచ్చు. 1947 ఆగస్టు 15 తరువాత ఏర్పడ్డ తొలి కేంద్ర మంత్రివర్గంలో షణ్ముఖం చెట్టి ఆర్థిక మంత్రి.

'రుక్కుటేశ్వర శతకం' శ్రీ శ్రీ ఆరుద్రలు కలిసి రాశారు

ఆరుద్ర అసలు పేరు భాగవతుల శంకరశాస్త్రి (1925 -)
శ్రీ శ్రీ కి వేలు విడిచిన మేనల్లుడు; అంటే ఆరుద్ర గారి తండ్రి శ్రీ శ్రీ కి మేనమామ కొడుకు.

సిప్రాలి.

పద్నాలుగు

కువిమర్శా మృణ్మయ వి
ర్జవ మస్తిష్కులు గ్రహింపజాలుదురా మత్
ఛవిమత్ పవివత్ కవితా
క్షివిలోకన తీక్ష్ణధార సిరిసిరి మువ్వా!

నాలాగ కందబంధ
జ్వాలా జాలాగ్ర సంవసత్ సద్గీతా
లాలాపించే కవితా
శ్రీలోలుదు నహినహీతి సిరిసిరిమువ్వా!

సంపాదకుడంటే నా
కింపారెదు భక్తికలదు, ఎంచేతనగా
సంపూర్ణ మనుజుడాతడు
చింపాంజీ కన్న నయము సిరిసిరిమువ్వా!

వ్యాకరణం తోకుచ్చుకు
కాకవు లూరేగుతారు కానీ, సుకవుల్
వ్యాకృతి ఆకృతి మార్చే
సే కావ్యాలల్లగలరు సిరిసిరిమువ్వా!

రామాయణాలనే మ
ళ్ళీ మళ్ళీ రెచ్చి మ్రుచ్చిలించే కన్నా
ఆ మోస్తరు రచనలలో
క్షేమం కద రామకోటి సిరిసిరిమువ్వా!

•ముద్రణ: ఢంకా మాసపత్రిక 1957?
పునర్ముద్రణ: శ్రీశ్రీ సాహిత్య సంపుటాలు 1970 రెండు కావ్య విభాగం

సి.ప్రాలి

పదిహేను ఆఖరి జాబుకి తొలి జవాబు

డియర్ సోదరా,
దోమ సుందరా![1]
మూడో రేటు భావకవిగా ప్రారంభించి
అయిదో క్లాసు సబ్జెక్టివ్‌గా మారిన
నీ తిరోభివృద్ధి గమనిస్తూనే ఉన్నాను
అవును, నాలుగేళ్ళ కిందటే అయితే
ఇంతకన్నా బాగా అఘోరించేది నీ రాత
గర్భస్రావాల్లాంటి నీ కవమనాల్ని చూసి
నిన్ను గొడ్రాలి వనన్లే నేను
(కడుపు నిలవలేదు పాపం నువ్వేం చేస్తావు)
అన్నట్లు, నువ్వే నా అన్నయ్యవేమో
ఒక అవతారం[2] ముందరి వాడివి
అందుకే పెంపుడు కుక్క కిష్టమైన పదార్థం
నీ మెదడులోనే వుందంటున్నాను
ఫర్వాలేదు, ప్లషవుట్ చేస్తానుగా
చలం యోగ్యతా పత్రాన్ని చదివేసి
కవితా రసం ఆపోశనం పట్టిన
చిల్లిముంతల[3] ఆసరా నీకుందని తెలుసు
మృతశరీర యాక్రమణ[4]
బుద్ధి పూర్వకమైన ప్రౌఢ ప్రయోగమని
దబాయిస్తావా?
మరి, అదో కురుపే అని మీ
రోమ లక్ష్మీపతి[5] ఒప్పుకుంటున్నాడే
ఏం బ్రదర్, కళాకేళి[6] పంపించడం మానేశావు
పొదుపు ఉద్యమం ప్రారంభించావా
అధర్మపత్నుల[7] అసమగ్ర చరిత్ర మీద
పరిశోధనలు సాగిస్తున్న
చాదస్తగిరి[8] నీకుత్తరాలు

రాయడం మానేశాడేమిటి
ప్రజావిప్లవం గురించి
పాఠాలు నేర్చుకోవలసి వస్తే
నిన్ను కూడా
పాతస్నేహం పురస్కరించుకుని
పరామర్శిస్తాను గాని
ఈ లోగా-
వచన కవిత్వం వినివిని
రుచి చెడ్డ శ్రీవస్సుల కపురూపపు పద్యాల్
రచియించర, ప్రచురించర
శుచితెలియని కండ చీమ, సుందరదోమా

ఇట్లు
యువర్స్ ఫ్రెటర్నలీ, శ్రీ శ్రీ

ముద్రణ: ప్రగతి వారపత్రిక 29-5-1970

1. ఆవంత్స సోమసుందర్ (1924-) అభ్యుదయ కవి. 'వజ్రాయుధం' కావ్యంలోని ఖబడ్దార్ పాట చాలా ప్రచారం పొందింది. రక్తాక్షి, కాహళి, గోదావరీ జలప్రళయం వీరి ఇతర కావ్యాలు. వీరి కథల సంపుటి కూడా అచ్చయింది. కవితావిమర్శలు ఎన్నో రాశారు. 'శేషేంద్రజాలం'లో గుంటూరు శేషేంద్రగారి కవిత్వాన్ని ఇరవయ్యొకటో శతాబ్దానికి 'ఉషస్తార'గా అభివర్ణించారు. 'కృష్ణశాస్త్రి కవితాత్మ' రాసి రాజ్యలక్ష్మి ఫౌండేషన్‌వారి బహుమతి గెల్చుకున్నారు.
2. శ్రీశ్రీ ఎటూ ఉగ్ర నరసింహుడే. నరసింహావతారానికి ముందుది వరాహావతారం. శ్రీశ్రీ చేసే సూచన తేటతెల్లరిగానే తెలుస్తోంది.
3. బొల్లిముంత శివరామకృష్ణ (1927-) అభ్యుదయ రచయిత. మృత్యుంజయులు (తెలంగాణా పోరాట నవల), తెలుగు ప్రాణి, దేశం ఏం కావాలి? వగైరా కథలు రాశారు. మనుషులు మారాలి లాంటి సినిమాలకు మాటలు రాశారు. చలం యోగ్యతాపత్రం చదివితే చాలు, మహాప్రస్థానం చదవనక్కరలేదని ఆ రోజుల్లో వీరు రాశారు. దానిమీద శ్రీశ్రీ విసురు.
4. మృతశరీర ఆక్రమణ - శ్రీరంగం నారాయణబాబు 'ఊరవతల' (1941) గేయంలో వాడిన ప్రయోగం. ఇది తప్పు అని శ్రీశ్రీ అభిప్రాయం. ఒప్పు అని సమర్థిస్తూ సోమసుందర్‌గారు 'రుధిరజ్యోతిర్దర్శనం' (1981)లో రాశారు.
5. రామలక్ష్మిని రోమలక్ష్మి అన్నాడు. రోమలక్ష్మీపతి అంటే ఆరుద్ర.
6. సోమసుందర్ సంపాదకత్వంలో 1968 నుంచి 1970 వరకు వెలువడిన సాహిత్య మాసపత్రిక.
7. ఆ పత్రికలోనే శ్రీశ్రీ, రావిశాస్త్రిల రెండో భార్యల ప్రస్తావన తెచ్చి ఆరుద్రగారు వెకిలిగా రాశారు.
8. ఆరుద్ర రాసిన సమగ్రాంధ్ర సాహిత్య చరిత్రలోని ఒక సంపుటిలో ఒక తప్పు దొర్లింది. అందు-అస్తగిరి అని విడదీసి అర్థం చేసుకోకుండా దస్తగిరి ఒక మనిషి పేరని పొరపడ్డారాయన. పొరపాట్లు ఎవరికైనా దొర్లవచ్చునని ఇక్కడ శ్రీశ్రీ ఉద్దేశం.

పదహారు

తెగకుట్టి వదలి పెట్టిన
వగణిత వైజాగు దోమలశ్వత్థామల్[1]
పొగరెక్కిన రెక్కేన్గులు[2]
సెగలెగసెదు తుమ్మముళ్ళు సిరిసిరిమువ్వా!

మనసాని నిసిన సీమా
మనసా మసిమనిసి మనసు మాసిన సీనా
సినిమానస మాసనమా
సినిమానిసి సీమసాని సిరిసిరిమువ్వా![3]•

ముద్రణ: సిప్రాలి జూన్ 1981 అమెరికా

అశ్వత్థామ మహాభారతంలో ద్రోణాచార్యుడి కొడుకు. ఆ పేరుతో ఒక ఏనుగు కూడా వుండేది. దీన్ని ఆసరాగా చేసుకుని, ధర్మరాజు యుద్ధభూమిలో అబద్ధమాడి ద్రోణాచార్యుడి మరణానికి కారణమౌతాడు. అర్థరాత్రి గాఢ నిద్రపోతున్న ఉప పాండవులను . చంపేసి పగతీర్చుకుంటాడు అశ్వత్థామ.

2. దోమలను రెక్కలున్న ఏనుగులని వర్ణించాడు శ్రీశ్రీ.

3.కొద్ది మాటలతో రాసిన కందం యిది. 1. మనసు. 2. సాని. 3. నిసి. 4. సీమ. 5. మసి. 6. సీను. 7. సినిమా. 8. ఆసనము,

• త్ర్యక్షర కందం (శ్రీశ్రీ రాసిందే)

పదిహేడు

తొందరగా చిందరగా
వందరగా పరుగులెత్తు వాళ్ళకు వేరే
గందర భూగోళంలో
చిందుల చదివింతలేల సిరిసిరిమువ్వా!

అముద్రితం: ఖమ్మం 8-3-1974

మీరు చదివారా!
మహాకవి శ్రీ శ్రీ రచనలు

రూ.

1. మహాప్రస్థానం (కవితలు)
2. విశాలాంధ్రలో ప్రజారాజ్యం (సినిమా పాటలు)
3. ఉక్కు పిడికిలి, అగ్నిజ్వాల (సినిమా పాటలు)
4. ఖబడ్దార్ సంఘ శత్రువులారా! అరుణపతాకం (సినిమా పాటలు)
5. అనంతం
6. సి ప్రా లి
7. ఖడ్గ సృష్టి (కవితలు)
8. కథలు

ప్రతులకు : విశాలాంధ్ర బుక్ హౌస్లు & ప్రముఖ పుస్తక విక్రేతలు

రాసిందేదో రాశాం
తీసుకొనుము తోచినంత తీపో చేదో
సీసాపయినేగా మన
ధ్యాస హామేషా, గళాసు దార్చిన ఏసూ!

ఏ సోడా ఏ నీళ్ళూ
వీసం కూడా కలపక విస్కీ సౌహా
యాపంగా ఔపోసన
చేసేస్తావోయ్ సెబాసు శ్రీమాన్ ఏసూ!

వేసాల మారి లోకపు
మోసాలను తాగితాగి మూర్ఛిల్లిన ఈ
కాసింత కావ్యపాత్రకు
జీసను నీవై కళాసు చేద్దూ ఏసూ!

* ఏల్చూరి సుబ్రహ్మణ్యానికి*

కొత్త పుస్తకం తెరుద్దాం
కోతి చేష్టలు మరుద్దాం
కొంగ జపం చెయ్యడం
పొరుగు బరువు మొయ్యడం
ఎలాగైన ఇప్పటికయినా అమలుపరుద్దాం

సిరిసిరిమువ్వలం
చెరిగిన దవ్వులం
మృత్యువు పెరట్లో
మందార పువ్వులం
భగవంతుని వితంతువులం
కరుణకు మా బ్రతుకు
కవనం మామెతుకు

సిరిసిరి గంటలం
చీకటి పంటలం
మృత్యువు గొంతున
మొరసే మంటలం
భగవంతుని మారని చెక్కులం
భళ్ళున తెల్లారే ఋషివాక్కులం
కష్టాలు మా పదజాలం
కవనం మా త్రిశూలం

సిరిసిరి గజ్జెలం
తెరమరుగుజ్జులం
మృత్యువు కోరలో
సర్పపు రజ్జులం
భగవంతుని విరునామాలం
పగలు రేల పరిణామాలం
ఆశ్చర్యాని కపధులం
ఆవేశాల పరిధులం

నీళ్ళు నమలడం మానేద్దాం
ముళ్ళ కంచెలు తినేద్దాం
చిత్ర గుప్తుడి చిత్తాలు
చిన్నతనపు తాతాలు
వీలు చూసుకొని సగం రేటుక్కొనేద్దాం'

సిరిసిరి రావులం
చెల్లని పావులం
మృత్యువు పరికిణీ
ఉతికే రేవులం
భగవంతుని ఊపిరితిత్తులం
ఊరవేసిన ఉపనిషత్తులం
అగుపించని రేపటి కత్తులం
ఆదేశాల వలలం
ఆక్రోశాల కలలం

గుడు గుడు గుంచాలం
రెక్కల మంచాలం
మృత్యువు ఇనప్పెట్టెలో
జర్మన్ సిల్వర్ కంచాలం
భగవంతుని పారపాట్లం
పొగలు కక్కే సిగరెట్లం
మెన్షన్ చెయ్యరాని డైమన్షన్
పెన్షన్ తీసుకున్న కన్వెన్షన్

యుగయుగాల వేగాలం
శ్రుతిమించిన రాగాలం
మృత్యువు ఘోషణానికి
తుప్పట్టిన బీగాలం
భగవంతుని ప్రశ్నలం
పట్టపగటి జ్యోతులం
వినబడని తిట్టులం
వెయ్యని ఒట్టులం

చచ్చి చచ్చి బదుకుదాం
నచ్చిన బాటల్ని వెతుకుదాం
చాటుగా ఊపిరి పీల్చడం
లేటుగా వెలుతురు కాల్చడం
మానేసి చీకటి చిగుళ్ళు గతుకుదాం

చెట్టు పట్టాలం
ఫ్యాక్టరీ గొట్టాలం
మృత్యువు బంగళాలో
తొంగిచూసే చుట్టాలం
భగవంతుని నీడలం
అల్లసాని వాడలం
చింతాకు పతకాలం
సిగ్గుమాలిన శతకాలం

కుట్టే ఉల్లిపాయలం
కొండలమధ్య లోయలం
మృత్యువు నోట్లో
కరక్కాయలం
భగవంతుని కోతులం
పలకరాని బూతులం
కాకి దొండపండులం
కాలానికి కండలం

పాపల కేరింతలం
తాతల కోరింతలం
మృత్యువు పురుటింట్లో
మెదలే బాలెంతలం
భగవంతుని పొలికేకలం
ప్రత్యూషపు తెలిరేకలం
లెక్కపెట్టిన వాసాలం
గుక్కతిరగని మోసాలం

అరటి తొడలు గిల్లేద్దాం
పగటి కలలు జల్లేద్దాం
ముక్కుకి సూటిగా పోవడం
ముద్దుకి చాటుగా రావడం
ఆపేసి అబద్ధం కాని ఆనందం నొల్లేద్దాం

ఇస్పేటు జాకీలం
ఎగేసిన బాకీలం
మృత్యువు సినీమాలో
మూడు భాషల టాకీలం
భగవంతుని టోపీలం
కవిత్రయపు కాపీలం
గోరంతల కొండంతలం
ఒకటికి రెండింతలం

కాలికి మట్టెలం
కాలని కట్టెలం
మృత్యువు మెళ్ళో
నగలకు పెట్టెలం
భగవంతుని తపాలాబిళ్ళలం
శతావధానాల చెళ్ళపిళ్ళలం[2]
రువ్విన ప్రణయ గీతాలం
దొరకని గుమస్తా జీతాలం

సంచితార్థపు సంచులం
చూడ్డానికి చుంచులం
మృత్యువు అడవిలో
పాడే చెంచులం
భగవంతుని ముద్దాయిలం
ముద్దొచ్చే మొద్దబ్బాయిలం
కుళ్ళిపోయిన వంకాయలం
వేపవెర్రి వెంకాయలం

చలిచీమలతో మాట్లాడం
పసిపాపలతో చీట్లాడం
బీడీనిప్పుతో సిగరెట్ ముట్టించక
అనుమానాలకి ఆముదం పట్టించక
ఔనంటూ కాదనే వాళ్ళతో కొట్లాడం

చిరిగిన చెడ్డీలం
చెరలో కడ్డీలం
మృత్యువు రవికలో
పగిలిన పాలబుడ్డీలం
భగవంతుని కన్నీళ్ళం
ముచ్చటగా మూణ్ణాళ్ళం
వాగలేని బాజాలం
వెనక్కి మరి పోజాలం

అలుపులేని పరుగులం
ఆరుద్ర పురుగులం
మృత్యువు పీపాలో
పొంగెత్తే నురుగులం
భగవంతుని గైర్ ముల్కీలం
ట్రెపీజియం మీద బస్కీలం
ఊడిపోయిన గొళ్ళాలం
లేచిపోయిన పెళ్ళాలం

వేదాల బురదలం
వైతరణి వరదలం
మృత్యువు ఒళ్ళంతా
కొరుక్కుతినే దురదలం
భగవంతుని డైలమ్మాలం
రాంభజన సెమ్మాలం
ఎరుపు దిగని సంధ్యలం
ఎదిగీ యెదగని లంజలం

చావని పులుపులం
వేయని తలుపులం
మృత్యువు మూడో పెళ్ళికి
చీకటి పిలుపులం
భగవంతుని ప్యాస్‌పోర్టులం
చెట్టుకింద ప్లీడర్ల కోర్టులం
నీరజాక్షుల బుగ్గలం
నీట్లో పిల్లిమొగ్గలం

అక్షయపాత్రలో ఉమ్మేద్దాం
మక్షికాన్ని మింగి తుమ్మేద్దాం
ప్రమాణం మీద ప్రమాణం బోర్లించి
ప్రయాణం మీద ప్రయాణం దొర్లించి
తెలిసిపోయిన రహస్యాన్ని
తెల్ల బజార్లో అమ్మేద్దాం

తెరిపిలేని జడివానలం
వెరపులేని పసికూనలం
మృత్యువు తాగేసిన
నెత్తుటి చానలం
భగవంతుని కాళ్ళు కరిచిన చెప్పులం
భోజనం మానేసిన దుప్పులం
రాబందుల యేడుపులం
రాకాసి నిట్టూర్పులం

మలుపులేని సందులం
మరపురాని విందులం
మృత్యువు దుకాణంలో
పుట్టిన కందులం
భగవంతుని రాజీనామాలం
దరిద్రుడి వీలునామాలం
అక్కా ఓ అక్కాలం
ఎక్కాలం ఎక్కాలం

రాకెట్లకి జాకెట్లు కుట్టిద్దాం
పికెట్లు పాకెట్లు కొట్టేద్దాం
అరచేత స్వర్గాలు విడిచి
అరికాలి నరకాలు తుడిచి
దుప్పటిలో ఎప్పటిలా నిప్పులు పుట్టిద్దాం

శ్రీరంగ నీతులం
బమ్మెర పోతులం[3]
మృత్యువు మ్యూజియంలో
బొమికల చేతులం
భగవంతుని కీర్తిశేషులం
పాండిత్యానికి ఛద్మవేషులం
కనుపాపల కలవరింతలం
చిరుచేపల పలవరింతలం

మానవజాతి జెండాలం
కొరుకుపడని అయఃపిండాలం
మృత్యువు కోనేట్లో
నృత్యం చేసే సుడిగుండాలం
భగవంతుని మైక్రోస్కోపులం
ఎక్కుపెట్టిన టెలిస్కోపులం
శతకోటి స్టెతస్కోపులం
అనంతకోటి బయస్కోపులం

పోస్టుచెయ్యని జాబులం
అట్టలులేని కితాబులం
మృత్యువు దివాణంలో
దివాలా తీసిన షరాబులం
భగవంతుని లాంగ్‌కోట్లం
జగానికి తేలుకాట్లం
అన్నమో రామచంద్రులం
అల్లో లక్ష్మణులం

చెరబట్టిన భయాన్ని నరకుదాం
చెదబట్టిన గేయాన్ని కోరుకుదాం
వెర్రిమోహాలను గుర్తుపట్టటం
మర్రిచెట్లకు నామాలు పెట్టడం
ప్రారంభించి గులాబీ పూల
ముళ్ళు పెరుకుదాం

ముద్రణ: త్రిలింగ పబ్లిషింగ్ కంపెనీ విజయవాడ-2 జూలై 1954

పునర్ముద్రణ: శ్రీ శ్రీసాహిత్య సంపుటాలు 1970 మూడు కావ్య విభాగం

1. ఏల్చూరి సుబ్రహ్మణ్యంగారు (1920-) నరసరావుపేట నుంచి 1944లో వెలువడిన 'నయాగరా' సంకలనం కవుల్లో ఒకరు. తక్కిన ఇద్దరు కుందుర్తి ఆంజనేయులుగారు, బెల్లంకొండ రామదాసుగారు. వివిధ పత్రికల్లో అనేక కథలు, గేయాలు, వ్యాసాలు రాశారు. 'నేత' పత్రికా సంపాదకుడు. మద్రాసు 'సోవియట్ భూమి'లో పనిచేసి, ఉద్యోగ విరమణ చేశారు. వీరి ఇంటిపేరులోని మొదటి అక్షరం, పేరులోని మొదటి అక్షరం కలిపి ఏసూ అయింది.

2. చెళ్ళపిళ్ళ వెంకట శాస్త్రిగారు (1870-1950). దివాకర్ల తిరుపతి శాస్త్రిగారి (1872-1920)తో కలసి తిరుపతి వెంకట కవులుగా పేరు పొందారు. 'కవనార్థం బుదయించితిన్' అని సగర్వంగా చెప్పుకున్నారు చెళ్ళపిళ్ళ వెంకట శాస్త్రిగారు. తెలుగులో కవిత్వాన్ని బాగా ప్రచారం చేశారు. రాజాస్థానాలు తిరిగి అనేక చోట్ల శతావధానాలు చేశారు.

3. బమ్మెర పోతనామాత్యుడు (15వ శతాబ్దం). భాగవతకర్త. పోతనగా ప్రసిద్ధికెక్కిన ప్రాచీన కవి.

కాపీరైట్: అబ్బూరి వరద రాజేశ్వరరావు

1953 డిశెంబరు 12, 13 తేదీల్లో హైదరాబాదులో తెలంగాణా రచయితల సంఘం ప్రథమ వార్షికోత్సవ సభలు జరిగాయి. శ్రీ శ్రీ, ఆరుద్ర ప్రత్యేక ఆహ్వానితులుగా వచ్చారు. హిమాయత్ నగర్‌లోని అబ్బూరి వరదరాజేశ్వరరావుగారి ఇంట్లో అతిథులుగా ఉన్నారు. అప్పుడు ముగ్గురూ కలిసి రాసింది 'మేమే'.

ఒకటి

ఏక్ దో తీన్ చార్
పాంచ కడీ దేవు[1]
వాడే వీడు[2] వీడే వాడు
శ్రీనివాసరావు

రాసక్రీడ శృంగారానికి
రమ్యమైన ప్రాణం
ప్రాసక్రీడ హాస్యానికి
పసందైన బాణం

బర్మాలో అడవుల్లో
బలిసిందొక కుంజరం
బొమ్మ నడిగి చేయిస్తా
దానికొక పంజరం

భాషాప్రయుక్తం రాష్ట్రరచన
దేశాని కరిష్టం
అసలు రహస్యం నెహ్రూ
కది చాలా కష్టం

తెలుగు రాజ్యమేర్పడితే[3]
తొలి వజీరు రెడ్డి
తాగిందికి కుళ్ళునీళ్ళు
తినడానికి గడ్డి

పొడిచేస్తామని చెప్పిన
మన కాంగ్రెసు వారు
తడి రాష్ట్రాలన్నిటినీ
'పొడి' చేస్తున్నారు

ప్రజా శోష పార్టీలో[4]
పాతబడ్డ కేసరి[5]
కలహానికి నారదముని
కరువుకొక్క దాసరి

చిన్నా చిట్టీ అష్టా చెమ్మా
చిప్పా చిప్పా గోళ్ళు
ఆవో చీవో లంకా రాజా
అయితే గియితే వెళ్ళు

ముద్రణ: తెలుగు స్వతంత్ర వారపత్రిక 28.8.1953

1.2. బెంగాలీ డిటెక్టివ్ నవలా కారుడు. వాడేవీడు (1912) నేనే (1918) కాలూరాయి (1925) తెలుగు అనువాదాలు వేగుచుక్క గ్రంథమాల (బరంపురం) ప్రచురించింది. పాంచకడీదేవు తక్కిన కొన్ని నవలలు జీవన్మృత రహస్యం, మాయావి, మాయావిని, నీలాంబరి ఆంధ్రప్రచారిణీ గ్రంథమాల (రాజమండ్రి) ప్రచురించింది.

వాడేవీడు నవలంటే శ్రీ శ్రీకి చాలా ఇష్టం. ఆ మాటకొస్తే టాగూర్ గీతాంజలి కన్నా వాడేవీడు గొప్పదని చలంగారితో పత్రికా ముఖంగా వాదంలోకి దిగాడు. వాడేవీడు అనే పదబంధానికి బోలెడు అర్థాలు చెప్పవచ్చని ఒక వ్యాసమే రాసేశాడు శ్రీ శ్రీ. రాబోయే సంపుటాల్లో ఈ వ్యాసం కూడా చోటు చేసుకుంటుంది.

3. ఇది ఇలా మార్చాడు శ్రీ శ్రీ
రామ రామ రాజ్యంలో
తొలి వజీరు రెడ్డి
తాగేందుకు ఉప్పునీళ్ళు
తినడానికి గడ్డి

ముద్రణ: సిప్రాలి జూన్ 1981 అమెరికా

4. ప్రజా సోషలిస్టు పార్టీ-కిసాన్ మజ్‌దూర్ ప్రజాపార్టీ, సోషలిస్టు పార్టీలు విలీనం అయి 1952లో కొత్త పార్టీగా ఏర్పడ్డాయి.

5. ఆంధ్ర కేసరి టంగుటూరి ప్రకాశం పంతులుగారు (1869-1957)

సిప్రాలి

రెండు

ఆంధ్ర రాష్ట్ర జన్మదినం
అక్టోబరు ఫస్టు[1]
అది త్వరలో వరలు విశా
లాంధ్రానికి[2] ట్రస్టు

మూడు కోట్ల తెలుగు నోళ్ళు
పాడిందే పాట
మూడు కోట్ల తెలుగు వాళ్లు
పాడందా పూట

కర్నూలే[3] రాజధాని
కావడమది స్తుత్యం
మర్నాడే కాంగిరేసు
పోవడమదీ సత్యం

ప్రజాస్వామికం పేరిట
పదవులకై పోటీ
పరిపాలన చేసేదిక
పోలీసుల లాటీ

కుషీ లోకబాంధవుడగు[4]
గోగినేని రంగా
కోటు మార్చి ప్లేటు మార్చి
కులుకు విలాసంగా

సిప్రాలి

శ్రీమత్తెన్నేటి విశ్వ
నాథ[5] శేముషీ ఖని[6]
విడుపులేని గ్రహణంలో
సుడిగొన్న నభోమణి

హరికథా పితామహుడగు
ఆదిభట్ల దాసు[7]
సంగీతం సాహిత్యం
సరితూచిన త్రాసు

భాషా శాసన చణుడై
పరగినట్టి గిడుగు[8]
తెలుగువారి వెలుగుదారి
తెలివెన్నెల మడుగు

ముద్రణ: తెలుగు స్వతంత్ర వారపత్రిక 4-9-1953

1. ఉమ్మడి మద్రాసు రాష్ట్రం నుంచి విడిపోయి ప్రత్యేక ఆంధ్ర రాష్ట్రం 1.10.1953 న ఏర్పడింది.
2. విశాలాంధ్ర 1.11.1956న ఏర్పడింది. ఆనాటి కమ్యూనిస్టు అగ్రనాయకుడు పుచ్చలపల్లి సుందరయ్యగారు 'విశాలాంధ్రలో ప్రజారాజ్యం' అనే పుస్తకం రాసి 1946 జనవరిలో ప్రచురించారు. విశాలాంధ్ర అనే మాటకి విశేష ప్రచారం ఇచ్చింది కమ్యూనిస్టులు. అందుకని 'విశాలాంధ్ర' మాటమానేసి, ఆంధ్రప్రదేశ్ అని మన రాష్ట్రానికి పేరు పెట్టింది కాంగ్రెసు.
3. ఆనాటి ఉమ్మడి కమ్యూనిస్టు ఉద్యమానికి విజయవాడ బలమైన కేంద్రం. ప్రత్యేకాంధ్ర రాష్ట్ర రాజధానిగా విజయవాడ ఉండాలని ప్రజాతంత్ర వాదులందరూ కూడా అనుకున్నారు. కాని కమ్యూనిస్టు కేంద్రంలో రాజధాని ఉండగూడదని మారుమూల కర్నూలుకు తరలించారు. ఈ తంత్రం, కుతంత్రం కాంగ్రెసు పార్టీవి. సూత్రధారి నీలం సంజీవరెడ్డిగారు.
4. ఆచార్య రంగా, రైతురంగా అంటారు. అసలుపేరు గోగినేని రంగనాయకులు గారు (1900-) ప్రస్తుతం లోక్‌సభలో కాంగ్రెసు సభ్యులు (గుంటూరు) రైతు ఉద్యమ నిర్మాతల్లో ఒకరు. చీటికి మాటికి పార్టీలు మార్చేవారు. కాంగ్రెసు నుంచి విడిపోయి 1951లో ప్రకాశంగారితో కలిసి కృషికార్ లోక్ పార్టీ స్థాపించారు. కొన్నాళ్ళకు మళ్ళీ కాంగ్రెసులో కలిశారు. రాజాజీ వగయిరాలతో కలిసి 1959లో స్వతంత్ర పార్టీ స్థాపించారు. 1971 ఎన్నికలో ఇందిరాగాంధీగారి గెలుపు తరువాత కాంగ్రెసులో చేరారు. అప్పటినుంచి అందులోనే వున్నారు.
5. తెన్నేటి విశ్వనాథంగారు (1895-1979) ప్రసిద్ధ కాంగ్రెసు నాయకుడు. స్వయంప్రకాశం ఉన్నా గాని, రాజకీయాల్లో ప్రకాశం గారికి అనుచరుడిగా వుండిపోయారు. ఆంధ్ర రాష్ట్రం తొలి మంత్రి వర్గంలో సభ్యుడు. కాంగ్రెసునుంచి బయటికి వచ్చి మళ్ళీ అందులో చేరలేదు. కొన్నేళ్ళు లోక్‌సభ సభ్యులు, ఇందిరాగాంధీ గారు విధించిన ఎమర్జన్సీ (1975-1977)లో జైల్లో వున్నారు.
6. 'ఖని'ని ఆ తరువాత 'మణి'గా మార్చాడు శ్రీ శ్రీ
ముద్రణ: సిప్రాలి జూన్ 1981 అమెరికా
7. ఆదిభట్ల నారాయణదాసుగారు (1864-1945) హరికథలు విరివిగా చెప్పేవారు. 'ఆటపాటల మేటి'నని తానే చెప్పుకునేవారు. ఇంగ్లీషు, తెలుగు, సంస్కృతం, పారశీకం మొదలైన భాషల్లో పండితుడు. వీణా వాద్యంలోనూ, గాత్ర సంగీతంలోనూ కూడా బాగా పేరు పొందారు. మైకులులేని ఆ రోజుల్లో ఆయన 'శంభో' అంటే మొత్తం విజయనగరం మారుమోగేదని అంటుంటారు.
8. గిడుగు వెంకట రామమూర్తిగారు (1863-1940) శిష్ట వ్యావహారిక భాషా ఉద్యమ ఆద్యుడు, నాయకుడు. వాడుక భాషా వ్యాప్తికోసం తుదికంటా పోరాడాడు గిడుగు పిడుగు.

మూడు

సాహిత్యాన్ని అన్ని ఉపయోగాలకీ అతీతమైన భోగద్రవ్యంగా పరిగణించేవారూ, ప్రాసక్రీడల్లో నేను వేళాకోళం చేసిన నాయకులనే ఇప్పటికీ అంటిపెట్టుకుని ఆరాధించేవారూ, నా రచనవల్ల ఆశాభంగాన్నే కాక అవమానాన్ని కూడా పొంది యాతనపడేవారూ ఆంధ్రదేశంలో ఇంకా అక్కడక్కడ వుంటున్నారని శ్రీ రామావతారంగారి[1] లేఖ రుజువు చేస్తున్నట్టు ఒప్పుకుంటాను. కాని, సాహిత్యం ప్రజాపరమైన ప్రయోజనం సాధించాలని కాంక్షించేవారూ, ఈనాటి మన దౌర్భాగ్య స్థితికి కారకులైన 'ప్రజా'నాయకులను సత్వరంగా ఈడ్చిపారెయ్యగలమని విశ్వసిస్తున్నవారూ, నా రచనలు నేటి నికృష్ట పరిస్థితిని బట్టబయలు చేసి సుఖజీవన సాధనమైన ఉజ్జ్వల భవిష్యత్తు వైపు చూపుడు వేలుగా సాగాలని అత్యంతాధికంగా కోరేవారూ తెలుగువారిలో ఉన్నారని నేను ఆశించలేకపోతే ఆంధ్రదేశం మీద నాకు నమ్మకమే అంతరించిపోయిందన్నమాట.

ముద్రణ: తెలుగు స్వతంత్ర వారపత్రిక, 11-9-1953

1. 'తెలుగు స్వతంత్ర' లో 'ప్రాస క్రీడలు' అచ్చవుతున్న రోజుల్లో, ఏలూరు నుంచి ఎస్.రామావతారం గారనే పాఠకుడు "వ్యక్తులను విమర్శించటానికి తమ సాహిత్యాన్ని ఉపయోగించడం యెంతైన విచారించదగ్గది" అని బాధపడుతూ సంపాదక లేఖ రాశారు. ఆ లేఖతో పాటు శ్రీశ్రీ జవాబు కూడా తెలుగు స్వతంత్ర వారపత్రిక 11-9-1953 లో అచ్చయింది.

నాలుగు

ప్రజా జీవితపు దారుల
పయనించేవారలు
రకరకాల విమర్శలకు
తలయొగ్గక తీరదు

వ్యక్తుల ప్రైవేటు బ్రతుకు
వారి వారి సొంతం
పబ్లికులో నిలబడితే
ఏమైనా అంటాం

ఉన్నమాటలంటేనే
ఉలికిపాటు పడాలా?
యథార్థాన్ని వాదించే
బంధువునే విడాలా?

పత్రికలో కార్టూనులు
పడడం చూళ్ళేదూ?
పద్యంలో ఆ మాదిరి
పద్ధతి వీల్లేదూ?

ముక్కుపచ్చలారని న
వ్యాంధ్ర రాష్ట్ర శిశువు
మూలుగుతూ మూలనున్న
ముసిలాడికి[1] వధువు

ఆంధ్ర మహాభార శకుని
అయ్యదేవర కాళుడు[2]
ఆంధ్ర మహాభారత శని
అర్థంలేని వాగుడు

పిల్లికి గంటను కట్టే
ఆఖువు తానెవడు?
కళ్ళకు గంతను కట్టే
జీడికి రాజెవడు?

ఎద్దు మార్కు[3] పెద్దలెల్ల
గుద్దుకొనేటప్పుడు
గవినేరే పరిపాలన
కావించక తప్పదు

ముద్రణ: తెలుగు స్వతంత్ర వారపత్రిక 25-9-1953

1. ఆంధ్రరాష్ట్రం ఏర్పడిన 1.10.1953 నాటికి ముఖ్యమంత్రి టంగుటూరి ప్రకాశం పంతులుగారికి 84 ఏళ్ళు.
2. అయ్యదేవర కాళేశ్వరరావుగారు విజయవాడ కాంగ్రెస్ నాయకులు. కరుడు గట్టిన కమ్యూనిస్టు వ్యతిరేకి. కమ్యూనిస్టు పార్టీ నిర్మాణ కార్యకలాపాల మీద నీలాపనిందలతో మహాత్మాగాంధీగారికి జాబు.రాశారు. 1957 నుంచి 1962 వరకు ఆంధ్రప్రదేశ్ అసెంబ్లీ స్పీకరుగా పనిచేశారు.
3. కాంగ్రెస్ ఎన్నికల గుర్తు కాడెద్దులు. ఆనాడు ఆంధ్ర కాంగ్రెస్ ముఠా తగాదాలకు ఆలవాలంగా వుండేది.
4. గవర్నరును వాడుకలో గవినేరు అంటారు.

ఐదు

ఏర్పడింది మంత్రివర్గ
మేడుతలల పాం
నిలువనీడ లేని చోట
నేలవిడిచి సాం

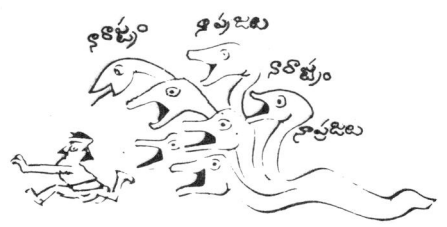

పాలకడలి ద్రచ్చినపుడు
మొదటిది హాలాహలం
రాష్ట్రమొకటి వచ్చినపుడు
రాక్షస కోలాహలం

గండుపిల్లి[1] ఎందు వరదు[2]
గంగిరెద్దు[3] గాడిద[4]
పందికొక్కు[5] కొండముచ్చు[6]
ఒంటె[7] వెరసి బూడిద

పోలీ పోలీ ఈ నీ
భోగమెన్ని రోజులే
ఇరవైమూడు నవంబరు[8]
ఎంతో దవ్వు లేదులే

స్వామీ సీతారామ్ జీ[9]
సర్వోదయ పంథీ
యథాశక్తి సత్యాగ్రహి
పదోవంతు గాంధీ

పాతపడ్డ పద్ధతులకు
కొత్తపేరు పెట్టడం
ఆటవిక యుగాల వైపు
అందర్నీ నెట్టడం

బస్తాలకు బళ్ళకెత్తు
పద్యాలా కవిత్వం?
ప్రాచీనత పవిత్రమా?
పనికిరాదో నవత్వం?

ప్రపంచాన్ని చూడలేని
కవిత నిజం చూపదు
ఇసకలోన తల దూర్చిన
ఉష్ట్రపక్షి బాపతు

ముద్రణ తెలుగు స్వతంత్ర వారపత్రిక *16-10-1953*

1 నుంచి 7: తొలి మంత్రివర్గంలో సభ్యులు (1-10-1953)

1. టంగుటూరి ప్రకాశం పంతులు
2. నీలం సంజీవ రెడ్డి
3. తెన్నేటి విశ్వనాథం
4. సర్వారాయ బులుసు ప్రభాకర పట్టాభి రామారావు
5. కడప కోటిరెడ్డి
6. పెద్దిరెడ్డి తిమ్మారెడ్డి
7. దామోదరం సంజీవయ్య
8. ఆంధ్రరాష్ట్రం ఏర్పడకముందే (అంటే 1-10-1953) కర్నూలు రాజధానిగా నిర్ణయమై పోయింది. తొలి అసెంబ్లీ సమావేశం 23-11-1953న జరగవలసి వుంది. అప్పుడు రాజధాని మీద సరయిన నిర్ణయం అసెంబ్లీ తీసుకుంటుందని అంతా ఆశించారు. కాని అసెంబ్లీ సభ్యులు కాంగ్రెస్, సంజీవరెడ్డిగారి కనుసన్నలలో ప్రజా వ్యతిరేక నిర్ణయం తీసుకున్నారు. రాజధానిగా కర్నూలు స్థిరపడి పోయింది.
9. గుంటూరు జిల్లా, తెనాలి తాలూకా 'కావూరు'లో వినయాశ్రమం స్థాపించిన గాంధీయుడు గొల్లపూడి సీతారామ శాస్త్రి *(1885-1960)* చీటికి మాటికి నిరాహార దీక్ష పూని మానేస్తూండేవారు. చిత్తశుద్ధి లేదు.

ఆరు

అరెయార్ ఇధరావ్ దేఖో
ఆంధ్రుల దినపత్రిక
పెట్టుబడికి కట్టుకథకి
పుట్టిన విషపుత్రిక

పతాకాల తలరాతల
గసందైన బాకా
"ప్రజాస్వామ్య" పార్టీలకు
పదే పదే కాకా

పండుగలకు పబ్బాలకు
ప్రత్యేక ప్రచురణలు
వ్యాపారం సాఫీగా
సాగిందికి ప్రకటనలు

యథాస్థితికి కంచుకోట
ఆస్తికి పోలీసు
అతివాదుల తడాఖాకి
ఆఖరి నోటీసు

స్వాతంత్ర్య ఖాది ఖాదీతో
తయారైన బావుటా
పరమపదించిన పెద్దల
భావాలకి కాగడా

వచ్చినా డగ్గాడి
తెచ్చిన విఝాడి

సమకాలిక సంఘటనల
కర్పించే స్వాగతం
పకోడీల పొట్లాలకు
పనికొచ్చే కాగితం

గోమాతకు రెండు తలల
కొడుకులు వెలిశారట
గోసాయికి నెత్తి మీద
కొమ్ములు మొలిచాయట

అరెభాయ్ ఆంఖే ఖోల్కే
దేఖో యే జమానా
ఆది లేదు అంతు లేదు
లేదు లేదు నమూనా

ముద్రణ: తెలుగు స్వతంత్ర వారపత్రిక 23-10-53

శ్రీపాది

అధివాస్తవికానందం
అ ఆ ఇ ఈ ఉ ఊ
కచటతపలు గసడదవలు
ఋ ౠ ఌ ౡ

రఘూన్‌పోల్ సార్ట్[1] సొండించిన
ఎగ్జిస్టెన్షియాలిజం[2]
జనన మరణ నరకనాక
సబ్‌సూపర్ రియాలిజం

అడుగుజాడ గురజాడది[3]
అది భావికి బాట
మనలో వెధవాయత్వం
మరిపించే పాట

రాయప్రోలు మైలురాయి
అబ్బూరి[4] చలివేందిర
సౌభద్రుని ప్రణయయాత్ర[5]
చదవాలని తొందర

యెంకిపాట[6] వన్నుమోరు
కవికోకిల[7] గబ్బిలం
విశ్వసత్యనాథాయణ[8]
అగ్గిమీద గుగ్గిలం

గుడివెంకటపాటి చలం[9]
కలంకోర కోరాడెన్
చింతాక్షత[10] లావులించి
శ్లేషపాము జీరాడెన్

శాష్ణకృస్త్రి[11] విష్ఫురించు
చారువేదనారోగమ్ *
జలరుక్మిణి సూత్రనాథ[12]
శాస్త్రిపాదు శ్రీరాగమ్

అమ్మయ్యో మెరుపు బాకు
తుపాన్‌డేగ సిరారాత్రి
శివశంకల శాస్త్రి[13] కన్ను
చెదపట్టిన భూతధాత్రి

హతహిత[14] ప్రయోగించు
పటుకఠోర కుఠారాలు
నారాయణ[15] బాకు మొనల
కాకర పూమతాబాలు

ఆరోరుద్రుడి స్వప్నం[16]
త్వమేహహ మహంబ్రహ్మ
యన్ జీ వో సూర్యుడి కథ
పలుకుతుంది కలం జిహ్వ

ముద్రణ: తెలుగు స్వతంత్ర వారపత్రిక *30-10-1953*

1. ఝూన్ పోల్ సార్ట్ (1905-1980) ఫ్రెంచి రచయిత, విమర్శకుడు, ప్రాతికేయుడు, తత్వవేత్త, రాజకీయ కార్యకర్త, కమ్యూనిస్టు అభిమాని. 'సాహిత్యం అంటే ఏమిటి?' (1948) అనే పుస్తకంలో కమిట్‌మెంట్ అవసరం నొక్కి చెప్పాడు. నోబెల్ బహుమానం (1964) తిరస్కరించాడు.
2. అస్తిత్వ వాదం రెండో ప్రపంచ యుద్ధం (1945) తరువాత ఫ్రాన్స్‌లో తలెత్తిన సాంస్కృతిక ధోరణి. పేరుపొందిన రచయితలు, కవులు ఇందులో చేరారు. తిరుగుబాటు ప్రోత్సహించారు. వ్యక్తి వికాసం ముఖ్యమని చెప్పారు. ఝూన్‌పోల్ సార్ట్ అస్తిత్వవాద తత్వవేత్త.
3. గురజాడ అప్పారావు గారు (1861-1915) ఆధునిక తెలుగు సాహిత్యానికి ఆద్యుడు. కవి, కథకుడు, నాటక కర్త.
4. అబ్బూరి రామకృష్ణారావు (1896-1979) గారు భావకవుల్లో ఆద్యుడు. జలాంజలి, మల్లికాంబ, ఊహాగానం మొదలైన కావ్యాలు రాశారు.
5. నాయని సుబ్బారావు గారు (1899-1978) రాసిన ఖండ కావ్యం పేరు చిక్కని కవిత జాలు వారుతుంది. మాతృగీతాలు, ఫలశ్రుతి, జన్మభూమి, భాగ్యనగర కోకిల వీరి ఇతర రచనలు.

సిప్రాలి

6. నండూరి వెంకట సుబ్బారావు గారు (1895-1957) రాసిన యెంకి పాటల మీద గాలిదుమారం చెలరేగింది. బాగా ప్రచారం కూడా పొందాయి. ఆ రోజుల్లో మామూలు వాళ్ళ ప్రణయ సౌందర్యం గురించి ఆయన రాశారు.
7. గుర్రం జాషువా గారు (1895-1971) కవికోకిల, పద్మభూషణ్ బిరుదు పొందారు. సాటి మనుజుల కష్టాలను 'గబ్బిలం'తో మొర పెట్టుకుంటాడు. ఫిరదౌసి, ముంతాజ్ మహల్, కాందిశీకుడు వీరి ఇతర కావ్యాలు. వీరి పద్యాలలో గొప్ప ధారా శుద్ధి వుంది.
8. విశ్వనాథ సత్యనారాయణ గారు (1895-1976) కవి, పండితుడు. రచయిత, విమర్శకుడు, నవలా కారుడు, నాటక కర్త. సంప్రదాయ వాది. ఆధునిక భావజాలానికి ప్రబల విరోధి.
9. గుడిపాటి వెంకట చలం (1894-1979) గారు సమాజంలో కుళ్ళును చీల్చి చెండాడారు. స్త్రీ స్వేచ్ఛకై తపించారు. గొప్ప కథకుడు. ప్రేమలేఖలు, మ్యూజింగ్స్, స్త్రీ మొదలైనవి రాశారు.
10. చింతా దీక్షితులు గారు (1891-1960) ప్రసిద్ధ కథకులు. ఏకాదశి, సూరి సీతి, వెంకి, దాసరి పాట, చెంచురాణి రాశారు. ఎంత కష్టమైన విషయాన్నయినా అతి సులువుగా రాస్తారు. సాటిలేని సూటిదనం వీరి సొత్తు.
11. దేవులపల్లి కృష్ణశాస్త్రి (1897-1980) గొప్ప భావకవి. కృష్ణపక్షం, ప్రవాసం, ఊర్వశి, కన్నీరు, మహతి, కార్తీకి వీరి రచనలు. కవిత్వంలో సుకుమారంగా, సౌందర్యంగా వేదన వ్యక్తపరుస్తారు కృష్ణశాస్త్రిగారు.
12. జలసూత్రం రుక్మిణీనాథశాస్త్రి
13. తల్లావజ్ఝల శివశంకరశాస్త్రిగారు (1892-1971) సాహితీ సమితి స్థాపకాధ్యక్షులు. హృదయేశ్వరి కావ్యం వీరికి బాగా పేరు తెచ్చింది. కథా సరిత్సాగరం అనువాదం చేశారు. పద్మావతీ చరణ చారణ చక్రవర్తి, రాజాజీమూత వీరి ఇతర రచనలు.
14. పఠాభి అసలు పేరు తిక్కవరపు పఠాభి రామిరెడ్డి (1919-) తన ఇరవయ్యో ఏట (1939) 'ఫిడేలు రాగాల డజన్'' 'నా ఈ వచన పద్యాలనే దుడ్డుకర్రల్తో' 'పద్యాల నడుములు విరగ దంతాను' అన్నాడు.
15. శ్రీరంగం నారాయణబాబు (1906-1962) ఖండకావ్యం రుధిర జ్యోతి 1972 లో వెలువడింది.
16. ఆరుద్ర అసలు పేరు భాగవతుల శంకర శాస్త్రి (1925-) తెలంగాణా రైతాంగ సాయుధ పోరాటం ఇతివృత్తంలో త్వమేవాహం(1948) రాశారు. ఆ కావ్యం 1949లో అచ్చయింది. నగర జీవితం కళ్ళకు కడుతూ యన్.జి.వో. సూర్యుడికథ 1952 లో రాశారు.

***** *ఈ రెండు పాదాలు తరవాత ఇలా మార్చి రాశాడు శ్రీ శ్రీ. చారువేదనా రోగం/శాస్త్రి పాడు పాడువాట*
*ముద్రణ: సిప్రాలి జూన్ **1981** అమెరికా*

ఎనిమిది

పొట్టిబావ కాంగిరెస్సు
మేజరయ్యేదెప్పుడు?
పెంటకుప్ప పెరిగి మేరు
పర్వతమైనప్పుడు

పోయిన కాంగ్రెస్ ప్రతిష్ట
పుంజుకునే దెప్పుడు?
సరదాపడి మాచకమ్మ
సమర్తాడి నప్పుడు

సిప్రాలి

పునర్వ్యవసం మరి మన
ముఖ్యమంత్రి[1] కెప్పుడు?
సంజీవుడు* పక్కని ఎల
జవ్వని యైనప్పుడు

ఆంధ్రమంత్రివర్గం పని
కారంభం ఎప్పుడు?
కర్నూలుకు హైద్రాబాద్
కదలివచ్చినపుడు

ఈ మంత్రుల హయాంలోన
రామరాజ్యమెప్పుడు?
పడమటి దిక్కున సూర్యుడు
పొడుచుకొచ్చినప్పుడు

'ప్రజాస్వామ్య' పార్టీల్లో
ప్రజలకు తావెప్పుడు
నేతి బీరకాయలోన
నేయి పుట్టినప్పుడు

జాతీయ భాష కాగల సిరి
సంస్కృతాని కెప్పుడు?
మరణించిన కళేబరం
మాట్లాడేటప్పుడు

తెలుగు సినీ పరిశ్రమకు
కళాకాంతులెప్పుడు?
శ్రీమతి కాంచనమాలకు[3]
పిచ్చి కుదిరినప్పుడు

78 సిప్రాలి

పుష్పకమే[4] తెలుగు కాబి
నెట్టు గారి బోటు
లక్షన్నర లచ్చన్నల[5]
కందు కలదు చోటు

పాపం తెన్నేటి విశ్వ
నాథం[6] పని మోసం
తప్పదుభయభ్రష్టత్వం
తదుపరి సన్యాసం

ముద్రణ: విశాలాంధ్ర దినపత్రిక *3-1-1954*

1. టంగుటూరి ప్రకాశం
2. నీలం సంజీవ రెడ్డి
3. అలనాటి అందాల తెలుగు సినిమా తార కాంచన మాల. గృహలక్ష్మి, మాలపల్లి (1938), ఇల్లాలు (1940), బాలనాగమ్మ (1942) చిత్రాల్లో నటించింది. కాంచనమాల బొమ్మ వున్న కాలెండర్లు ఇళ్ళల్లో అలంకరించుకునేవారు. జెమినీ అధినేత S.S. వాసన్‌గారు ఆమె మీద కన్నువేశారు. ఆమె లొంగలేదు. ఎదురు తిరిగింది. చెడా మడా తిట్టింది. ఆ తిట్లన్ని తన స్టూడియోలో తెలివిగా రికార్డు చేయించారు వాసన్‌గారు. కేసు పెట్టి కాంచనమాలను కోర్టుకు లాగారు. ఈ కీచులాటలో ఆమెకు పిచ్చెక్కింది. ఆ తరువాత చాలా కాలానికి నర్తనశాల (1963) చిత్రంలో చిన్న వేషం వేసింది.
4. రావణుడి విమానం ఎందరు కూర్చున్నా ఇంకొకరికి చోటుంటుంది.
5. సర్దార్ గౌతులచ్చన్న (1909-) ఆచార్య రంగా అనుచరులు. మంత్రివర్గం తొలి జాబితాలో వీరు లేరు. రంగా K.L.K. పార్టీని మచ్చిక చేసుకోడం కోసం ఆ తరువాత ఆయనకు చోటు కల్పించారు. ఈ నాటకం అంతా ఆడించింది నీలం సంజీవరెడ్డి.
6. తెన్నేటి విశ్వనాథం కాంగ్రెస్‌లో కలవలేకా, ప్రకాశం పంతులును వదలలేకా ఇబ్బంది పడేవారు. రాష్ట్ర రాజకీయాల్లో ఎటూ గాకుండా పోయారు. మొట్టమొదటిసారి తప్పితే మళ్ళీ ఎప్పుడూ మంత్రి అయ్యిన పాపాన పోలేదు.

తొమ్మిది

కొంతమంది కుర్రవాళ్ళు
పుట్టుకతో వృద్ధులు
పేర్లకీ పకీర్లకీ పు
కార్లకీ నిబద్ధులు

నడిమి తరగతికి చెందిన
అవగుణాల కుప్పలు
ఒత్తమొద్దు రాచ్చిప్పలు
నూతిలోని కప్పలు

తాతగారి నాన్నగారి
భావాలకి దాసులు
నేటి నిజం చూడలేని
కీటక సన్యాసులు

నిన్నటి లీడరు ధోకా
నేడు చూడజాలరు
కన్నులున్న జాత్యంధులు
కాకినైన పోలరు

వీళ్ళకి కళలన్నా రస
మన్నా చుక్కెదురు
గోలచేసి అరవడమొక
టే వాళ్ళెరుగుదురు

కొంతమంది యువకులు రా
బోవు యుగం దూతలు
పావన నవజీవన బృం
దావన నిర్మాతలు

బానిస పంథాలను తల
వంచి అనుకరించరు
పోనీ అని అన్యాయపు
పోకడలు సహించరు

వారికి నా ఆహ్వానం
వారికి నా శాల్యూట్
కదలి తరగ లాపెదవా
భడవా ఓకాన్యూట్[1]

ముద్రణ: తెలుగు స్వతంత్ర వారపత్రిక *15-1-1954*

1. కాన్యూట్ 11వ శతాబ్దంలో ఇంగ్లండు రాజు సముద్ర తీరానికి వెళ్ళి అలలను వెనక్కి వెళ్ళిపొమ్మని తెలివి తక్కువగా ఆజ్ఞాపించాడని ఒక గాథ ప్రచారంలో వుంది.

సిప్రారి

పది

ఇదంకాష్ఠ మిదంకాష్ఠ
మేలాగో కలిసి
ఇన్నాళ్ళకి వరద వచ్చి
విడిపోయెను విరిగి

పడిపోయిన ప్రకాసురుడి
పాత ప్రభుత గుడ్డిది
నిజానికది కాంగిరెడ్డు
నీలి సంజరెడ్డిది[1]

వస్తాడిక ముగ్గులోకి
త్రివర్ణురు గవేది[2]
చేస్తాడిక త్వరలోనే
ప్రజాస్వామ్య సమాధి

ఆర్డినెన్సు పరిపాలన
ఆర్డినరీ రొటీను
దివాలా దివాణానికి
త్రివర్ణరే అమీను

కాంగ్రెసుకింకా ఎందుకు
కాయకల్ప చికిత్స?
దానిపేరు చెబితేనే
మేరలేని జుగుప్స!

మేలుకొన్న ప్రజల కెవరు
మేలు చేయదలంతురు?
వారలకే అధికారం
వారలే జయింతురు

నందికొండ[3] గుండుసున్న
డేరాల్లో[4] స్థిరోభవ
సత్యంవధ ధర్మంచెర
బంజర్లు హరోంహర

లాటీలకు లోటుండదు
జైళ్ళల్లో చోటుండదు
రాబోయే ఎన్నికలో
రెడ్డీలకు ఓటుండదు

ముద్రణ: విశాలాంధ్ర దినపత్రిక 14-11-1954
చివరి రెండు చరణాలు పత్రికలో అచ్చుకాలా.
పునర్ముద్రణ: శ్రీ శ్రీ సాహిత్య సంపుటాలు 3 కావ్య విభాగం 1970

ఆంధ్ర మంత్రివర్గం 6-10-1954న కర్నూలు లో పడిపోయినప్పుడు రాసిన గేయం

1. నీలం సంజీవరెడ్డిగారు ఉపముఖ్యమంత్రి అయినా పాలనాధికారం మాత్రం ఆయన చెప్పుచేతల్లో వుండేది.
2. గవర్నరు త్రివేదిని శ్రీ శ్రీ ఇలా చమత్కరించాడు. పూర్తి పేరు చందూలాల్ మాధవలాల్ త్రివేది. ఆంధ్రరాష్ట్రం తొలి గవర్నరు.
3. నాగార్జున సాగర్ ప్రాజెక్టును (1956లో మొదలెట్టారు) నందికొండ ప్రాజెక్టు అనే వారు. నందికొండా? పందికొండా? అంటూ ఆనాటి కాంగ్రెస్ నాయకుడు కల్లూరి సుబ్బారావు నోరు పారేసుకున్నాడు.
4. ఆంధ్రరాష్ట్ర రాజధాని కర్నూలులో చాలినన్ని భవనాలు లేనందున ప్రభుత్వ ఆఫీసులు డేరాల్లో వుండేవి.

పదకొండు

LES NEIGES D'ANTANS[1]

ఏరి తల్లీ నిరుడు మురిసిన
ఇనప రచయితలు?
కృష్ణశాస్త్రిపు[2] టుస్త్ర పక్షీ
దారితప్పిన నారిబాబూ[3]
ప్రైజు ఫైటరు పాపరాజూ[4]
పలక రెంచేత?

ప్రజాస్వామ్యపు పెళ్ళికోసం
పండితా నారాధ్యుడాడిన[5]
వందకల్లల పందిపిల్లల
ఆంధ్రపత్రిక ఎక్కడమ్మా?

ఎక్కడమ్మా ఎలకగొంతుక
పిలక శాస్త్రుల[6] పనికి మాలిన
తలకు మించిన వెలకు తగ్గిన
రణగొణ ధ్వనులు?
ఏవి తల్లీ నిరుడు మురిసిన
హిమ సమూహములు?

ముద్రణ: ఢంకా మాస పత్రిక 1955
పునర్ముద్రణ: శ్రీ శ్రీ సాహిత్య సంపుటాలు 1970 మూడు కావ్య విభాగం

1. టైటిల్ ఫ్రెంచి భాషలో పెట్టాడు శ్రీ శ్రీ. దీని అర్థం **ఇంగ్లీషులో** 'SNOWS OF YESTER YEAR' తెలుగులో 'నిరుడు కురిసిన హిమ సమూహములు'.
2. దేవులపల్లి కృష్ణశాస్త్రి
3. శ్రీరంగం నారాయణబాబు
4. పాలగుమ్మి పద్మరాజు (1915 - 1983) గాలివాన (1948) కధకి అంతర్జాతీయ కథల పోటీలో రెండో ప్రైయిజు వచ్చింది. అందుకని ప్రైయిజు గెలుచుకున్న పాప(పాలగుమ్మి పద్మ)రాజు అని శ్రీ శ్రీ చమత్కరించాడు.
5. పండితారాధ్యుల నాగేశ్వరరావు ఆంధ్రపత్రిక (దిన పత్రిక) లో పని చేస్తుండే వారు. శ్రీ శ్రీ మీద ఆంధ్రపత్రికలో బోలెడు అబద్ధపు ప్రచారం చేశారు.
6. పిలకా గణపతి శాస్త్రి మాట్లాడుతుంటే అచ్చం ఎలుక కీచుమన్నట్టుండేది.

* ఆంధ్రరాష్ట్రంలో నడ మంత్రపు ఎన్నికలు (1955) జరిగాయి. కాంగ్రెసు, కమ్యూనిస్టు పార్టీలు నువ్వా నేనా అని పోటీ పడ్డాయి. శ్రీ శ్రీ కమ్యూనిస్టులకు ఓటెయ్యమని ఊరూరా తిరిగి ప్రచారం చేశాడు. ఎక్కువ మంది రచయితలు కాంగ్రెస్ కొమ్ము కాశారు. అంతే గాకుండా కమ్యూనిస్టు వ్యతిరేక ముసాయిదా తయారు చేసి సంతకాలు పెట్టించారు. శ్రీ శ్రీ మీద కత్తి గట్టి విషప్రచారం చేసిన వాళ్ళలో వీళ్ళంతా వున్నారు.

పన్నెండు క్లైట్లు

ప్రభుత్వం ముద్రించిన పద్మశ్రీలు
ముట్లుడిగిన ముత్తవ్వలు, ఛద్మస్త్రీలు[1]

సినిమారచన సులువనుకుంటారు కొంతమంది
కాని లక్షల జనాన్ని మెప్పించాలిసుంది

(అ) స్వతంత్ర[2] పత్రిక వంట
కమ్యూనిస్టువ్యతిరేక పెంట

అటో ఇటో డిటో డిటో ఎడిటోరియల్‌ల నార్ల[3]
నిన్న వెల్లకిల, ఇవాళ బోర్ల

కళ్ళులేని కబోది ఆంధ్ర
పత్రిక[4] విషప్రశస్త్రశిలీంద్ర

డల్లెస్[5] రాజకీయాల టెనరు
అడవిలో అరువు, దాన్నెవరూ వినరు

కేంద్రరేడియోలో తెలుగుకవి వేణువు[6]
చివికి చివికి కురవలేని వానవు

చాలునా ఈ రాసింది ఢంకా
కావలిస్తే రాసిస్తా నింకా

ముద్రణ: ఢంకా మాస పత్రిక మార్చి 1956

పునర్ముద్రణ: శ్రీ శ్రీ సాహిత్య సంపుటాలు మూడు కావ్య విభాగం పేజీ 84

1 స్థానం నరసింహారావు (1902 - 1971) పద్మశ్రీ బిరుదు పొందిన (1956) మొదటి తెలుగు వాడు. ఆడ వేషాలలో అందెవేసిన చెయ్యి చిత్రాంగి, మధురవాణి, ద్రౌపది పాత్రలు ధరించి మెప్పించే వారు. పద్మశ్రీని ఛద్మస్త్రీగా చమత్కరించాడు శ్రీశ్రీ. ఛద్మస్త్రీ అంటే స్త్రీ కాకుండా స్త్రీ వేషం వేసుకుందని అర్థం.

2. 'తెలుగు స్వతంత్ర' వారపత్రిక కమ్యూనిజం మీద గుడ్డి ద్వేషంతో రాసేది.

3. నార్ల వెంకటేశ్వరరావు (1908 - 1985). 1955 ఎన్నికల్లో కాంగ్రెసు విజయం కోసం తన రచనాశక్తిని వెచ్చించారు. ఆంధ్రప్రభ దినపత్రికలో ప్రగతి సీరియల్ సంపాదకీయాలు రాశారు. కమ్యూనిజం విదేశీయమని చవకబారు ప్రచారం చేశారు.

నవంబరు 1955 లో సంస్కృతం-సంస్కృతి అనే సీరియల్ సంపాదకీయాల్లో ఇందుకు విరుద్ధమైన భావాలు వెల్లడించారు. సంస్కృతికి-సిద్ధాంతాలకు దేశీయ, విదేశీయ తారతమ్యాలు చూపడం అశాస్త్రీయ మని చెప్పారు. అందుకే శ్రీ శ్రీ ఇలా ఎగతాళి చేశాడు.

4. ఆంధ్రపత్రిక

5. జాన్ ఫాస్టర్ డల్లెస్ (1889-1959) ఐసెన్ హోవరు అమెరికా అధ్యక్షుడుగా వున్నప్పుడు విదేశాంగ మంత్రి. కమ్యూనిస్టు వ్యతిరేకి. యుద్ధోన్మాది, సీటో కూటమి వ్యవస్థాపకుడు.

6. దేవులపల్లి కృష్ణశాస్త్రి 1956 లో ఆలిండియా రేడియోలో ఉద్యోగంలో చేరారు. వారితో పాటు గుర్రం జాషువా, మునిమాణిక్యం నరసింహారావు, త్రిపురనేని గోపీ చంద్‌లు కూడా చేరారు. ఆ తరువాత దాశరథి గారు ప్రవేశించారు.

రేయ్ అమెరికన్ సామ్రాజ్యవాదీ!

దూర్ హటో ఇండో చైనా సే - శ్రీ శ్రీ

'ప్రభంజనం' సంపాదకులకు—

ఆర్యా,

మీరు పంపిన 6,7,8 సంచిక అందింది. 'అ' నుండి 'క్ష' వరకు చదివాను. సంతోషించేను, కాని ఓ పిసరు బాధకూడా పడక పోలేదు—మీ వ్యాసాల 'ఘాటు' తగ్గాలని అభిప్రాయపడుతున్న వాళ్ళున్నందుకు.

ఇందులో ఒక వచన గీతం పంపుతున్నాను. అది 'విశాలాంధ్ర' వారపత్రిక తిరగ్గొట్టింది. మీరలా చెయ్యరన్న నమ్మకం కొద్దీ స్టాంపులు పంపించడం లేదు.

నా రచనలో అమెరికా వాళ్ళందర్నీ చచ్చు వెధవలనడం లేదని వేరే చెప్పనక్కర లేదు. ఇతర ప్రపంచంలో వున్నట్లే అమెరికాలో కూడా మానవ జాతికే మకుటాయమానులైన మణిపూసల్లాంటి మనుష్యులెందరో వున్నారు. నేను తిడుతున్నదీ, శాపనార్థాలు పెడుతున్నదీ అమెరికన్ మదోన్మాదిగాన్ని మాత్రమే! మూడో ప్రపంచ యుద్ధం వస్తుందనీ, అప్పుడు ప్రపంచంలోని కమ్యూనిస్టులందరితో బాటు యావన్మంది ప్రగతి వాదులూ ఏకమై సామ్రాజ్యవాదాన్ని భూస్థాపితం చేసి సామ్యవాద జగత్తును నిర్మిస్తారనీ అప్పడే శాశ్వత విశ్వశాంతి లభిస్తుందనీ మావో చెప్పిందానితో నేను ఏకభవిస్తున్నాను. బహుశా మొదటి ప్రపంచ యుద్ధంలో ఉపయోగించిన విషవాయువుల్ని రెండో ప్రపంచ యుద్ధంలో ఉపయోగించనట్లు రెండో యుద్ధపు అణ్వాస్త్రాలను మూడో యుద్ధంలో వాడకపోవచ్చు. వాడినా పర్వాలేదు. ఏ కొన్ని వందల మందిమో మిగులుతాం. చచ్చిన పాత నాగరికతకు సానుభూతి బాష్పాలు రాల్చి కొత్త ప్రపంచాన్ని పునర్నిర్మిస్తాం.

ఇట్లు మీ

(సం) శ్రీ శ్రీ

(15-6-1970 ప్రభంజనం పక్షపత్రిక-ప్రొద్దుటూరు. సంపాదకుడు - డా. ఎం.వి.రమణారెడ్డి)

అరేయ్! అమెరికన్ సామ్రాజ్యవాదీ

తొడలు విరిగిన దుర్యోధనా
తోకతెగిన గుంటనక్కా
పిచ్చిపట్టిన కొండముచ్చా
పుచ్చిపోయిన సవాయిరోగీ

వియత్నాంలో కూరుకుపోయింది చాలక
కాంబోడియాలో కాలుపెడుతున్నావా
జ్వాలలు రగులుస్తున్నావు కాని
శలభాని వయిపోతావులే

ఎవడిచ్చాడురా నీకీ పోలీసు ఉద్యోగం
నీ యిల్లు సరిదిద్దుకోలేని వాడివి
లోకాన్ని చక్కబరుస్తావురా పుండాకోర్
విజయం కావాలా నీకు బ్లడీబడాచోర్

గతించిన నూటాతొంభై యేళ్ళలో
పరాజయమే తెలియదు కదూ నీకు
కొరియా సంగతి అప్పుడే
పరగడుపయిందా
పందుల అఖాతం మాట కూడా
అందరికీ తెలిసిందేరా
పండిన నీ పాపం బ్రద్దలవుతూండడం
ప్రపంచమంతా చూస్తోంది
క్రెమ్లిన్‌లో లెనిన్ నిద్రపోలేదురా

నిన్నో కంట కనిపెడుతూనే వున్నాడు
స్టాలిన్ బ్రతికే వున్నాడురా
సమస్తలోక సమరాంగణాలలో సర్వ సేనానిలాగ
పెకింగ్‌లో మావో మేలుకునే వున్నాడు
నీ మరణశాసనానికి ముసాయిదారాస్తూ
గువేరా నీ గుండెల్లో వున్నాడు
తొంగిచూస్తున్నాడు నీ దుస్వప్నాల్లోంచి
అంతిమ విజయం అమెరికాది కాదు
హోచిమిన్‌ది

అవసానకాలం ఆసన్నమైన వాళ్లని
ఆ దేవుడు కూడా రక్షించలేరురా
(అసలు దేవుడనేవాడే లేడని
నీకు తెలియక పోయినా నాకు తెలుసు)
ఉన్నదంతా ఒక్కటే
సజీవశక్తుల సంస్పందన
వర్గ బాహువుల ఉగ్రసంఘర్షణరా యిది
నీ యింట్లోనే నిప్పు పుట్టిందిరా
నీగ్రోలు, విద్యార్థులు, నిరుపేదలు
నిరుద్యోగులు నిన్ను పాతెయ్యడానికి
పాతర తవ్వుతున్నారురా
మార్క్స్ చెప్పినమాట
మన కళ్ళ ఎదుటే ఋజువవుతోంది
సమస్త సామ్యవాద ప్రపంచమూ నీ
సమాధి కట్టడానికి ఏకమవుతుంది
నీ పిశాచతాండవమే
శ్మశానంవైపు నిన్నీడుస్తోందిరా

కసాయి గాడిదకొడకా
బందిపోటు దొంగనాకొడకా
అశక్త దౌర్జన్యవాదీ
అరేయ్ నిర్జీవ సామ్రాజ్యవాదీ
దూర్ హటో ఇండోచైనాసే

ముద్రణ: ప్రభంజనం వార పత్రిక ***15-6-1970***

1. పందుల అఖాతం అంటే Bay of Pigs. దక్షిణ క్యూబా లోని ప్రాంతం. కాస్ట్రో విప్లవ ప్రభుత్వాన్ని పడగొట్టాలని అమెరికా అక్కడికి కొందర్ని పంపింది (17-4-61) కాని క్యూబా మూడు రోజుల్లో వాళ్ళను తిప్పికొట్టింది. అమెరికా వైపు నుంచి 80 మంది చనిపోయారు. 1200 మంది పట్టుబడ్డారు.

పధ్నాలుగు

జనస్వామ్య వీరుడికో సలహా

"ముష్టి మైథునంలో
సవ్య సాచివిరా నా కొడకా
నాలుగు గోడల మధ్యా
రహస్యంగా ఏమిటాపని
నాలుగు వీధుల కూడలి వద్ద నిలబడి
నలుగురి మధ్యా
నిరూపించుకో నీ మగతనం
ప్రదర్శించు నీ వ్యక్తి స్వాతంత్ర్యం
ఆంధ్రుల జాతీయ పత్రికల
సంపాదకీయాలకు
ఆదర్శప్రాయంగా....."

రచనా కాలం 12-9-1970.
ముద్రణ : లాంగ్ మార్చ్ మాసపత్రిక విశాఖపట్టణం అక్టోబరు ***1970***

సిప్రాలి

పదిహేను

పొట్టి కవికి మొట్టికాయలు

ఏఁ విట్రోయ్ పొట్టి కవీ
ఎందుకింత దూకుడు
ఎడా పెడా వాయిస్తా
ఎండిన నీ మూకుడు

నేల మునగ చెట్టెక్కగ
నిచ్చెన వేస్తావటగా
శ్రీ శ్రీనే ఎదిరించే
ఎత్తుకి పెరిగావటరా

బహువచనం లేదు సుమా
ఒకడే హుత భుక్కురా
ఎక్కడ నువు దాగున్నా
బైటి కీడ్చి మెక్కురా

నీ బతుక్కి విలువొకటా
చిల్లిగవ్వ చేయవు
అంతకు వెయిరెట్లుర మా
వో అపాన వాయువు

ఎముక ముక్క కొరుకు కుక్క
ఎంచు నరుని దేవునిగా
ఆరుద్రను కొలుతు వీవు
అతి మహానుభావునిగా

సినిమా ఎంగిలి మెతుకులు
సిద్ధాన్నం చేసుకో
దిగంబరుల ఊసెత్తక
తెలివిగ నోర్మూసుకో

నారాయణరెడ్డి[2] ముందు
నీ కథ దిగదుడుపురా
పారాయణ చేయనేల
పాతది పరగదుపురా

సంధి రోమరాజుగాడి
సరుకు నీకు నచ్చిందా
పంది బురదనే గానీ
పన్నీటిని మెచ్చిందా

బడ బడ బెక బెక లాడే
నూతి లోని కప్పకు
చైనా దార్శనికత ఇక
బోధపడే దెప్పుడు

ధనస్వామ్య సంస్కృతికే
దన్నుగ నిలిచావురా
దరిద్ర దేశం కోసం
తన్నుకపడి చావరా

1 తెలంగాణా మహాకవికి:

ఒరే అబ్బాయ్, తీవ్రమైన వర్గ విభజన జరుగుతున్న ఈ రోజుల్లో, వత్తుగుల్లలన్నీ ఒక వైపుకి జరుగుతున్న ఈ కాలంలో ఎటు వైపు నువ్వు మొగ్గుతావు? ఎవరిని తిడుతున్నావు? ఎవరి మీద జుగుప్స కలిగించదలచుకున్నావు? ఏ వర్గం కొమ్ముకాయడానికి నిలుచున్నావు? కళ్ళున్న కబోదులెవరో నువ్వే తెల్సుకో. సామ్యవాదాన్ని విమర్శించుకునే వాళ్ళని నే నర్థం చేసుకోగలను.. ఎటొచ్చీ సామ్యవాదం

కావాలంటూ, ఆచరణలో వెన్నుపోట్లు పొడిచే వాళ్ళతోనే నా పేచీ! అబ్బీ! వీనా అంటే మన కెందుకురా భయం? భయపడేవాళ్ళని భయపడనీ! మళ్ళీ కలుసుకుందాం!

శ్రీశ్రీ]

ముద్రణ: జ్యోతి మాసపత్రిక నవంబర్ 1970

1 పొట్టి కవి అంటె దాశరధి కృష్ణమాచార్యులు *(1927-1987)* అగ్నిధార, రుద్రవీణ, మహాంధ్రోదయం, మహాబోధి, అమృతాభిషేకం, తిమిరంతో సమరం వగయిరా కావ్యాలు రాసిన **అభ్యుదయ** కవి.

ఆంధ్రప్రదేశ్ ప్రభుత్వ ఆస్థాన కవిగా జలగం వెంగళరావు హయాంలో (15-8-1977) నియమితులయ్యారు. తరువాత తెలుగుదేశం ప్రభుత్వం ఈ పదవి రద్దు చేసింది. దాశరధి కోర్టు కెళ్ళారు. హైకోర్టు కొట్టి వేసింది.

2. డాక్టర్ సి.నారాయణ రెడ్డి (1931-) నాగార్జున సాగరం, కర్పూర వసంత రాయులు, మంటలు, మానవుడు. జలపాతం, మధ్య తరగతి మందహాసం, విశ్వంభర వగయిరా కావ్యాలు రాసిన అభ్యుదయ కవి. గేయాలు, వచన కవితలు కూడా సమతూకం లో రాశారు. వీరిని సి.నా.రె. అంటారు. సినిమా పాటలు లెక్కలేనన్ని రాశారు. ప్రస్తుతం ఆంధ్రప్రదేశ్ సార్వత్రిక విశ్వవిద్యాలయం ఉపాధ్యక్షులుగా పని చేస్తున్నారు.

పదహారు

వాదానికి వాదముంది
బాణానికి బాణం
స్నేహానికి ప్రాణముంది
గానానికి గానం[1]

వాదాన్నెదిరించలేని
వాడే తిడతాడు
వాదబలం మూలధనం
అదేవాడి కురితాడు

పొట్టికవికి ఆవేశం
వెనకనించి పంపు
శరీరమే గొంప్పుగుంట
శారీరం కంపు

దేశ భక్తి వీడికి ము
త్తాతగాడి సొత్తు
నిజమాడే వాడేమో
పరదేశపు తొత్తు

బూతులోంచి పుట్టాడు
బూతు పనికి సిద్ధం
అయినా అటువంటి మాట
అనరాదు నిషిద్ధం

పడక కింద సెక్సు బుక్కు[2]
గది గోడలు గలీజు
నడి తరగతి నాగరికత
స్వవంచనల రివాజు

పియ్యేపీలో[3] నా ఒక
సగం పాట కతికేవు
ఇంకెందుకు నీతులు నా
ఎంగిలి తిని బతికేవు

ఇరువురాంధ్రుదు రెండిళ్ళని
ఎందుకు కడుపుబ్బరం
యెనక దన్ను బిగిసిందని
ఎంత గుండె నిబ్బరం .

తననాలకి రాయలేవు
మాటలకే కరువు
సినిమా చాన్సులు దొరక్క
మనసు కెంత బరువు

ప్రొడ్యూసర్ కాలిబూటు
షడ్రస మిష్టాన్నం
తారారాధన మొకటే
తప్పని సరి భ్రష్టాద్వం

నారాయణరెడ్డిలాగ
రాయాలని దురద
కలంనుంచి కారేదే
చవక సెక్సు బురద

ఐడియాల దారిద్ర్యం
అయ్యయ్యో అనర్థం
అమ్మిందే నాల్గుచోట్ల
అమ్మాలని ప్రయత్నం

చాటుమాటు వ్యభిచారం
సాగుతున్నాడు
సర్కారుద్యోగానికి
సలాం కొట్టబోడు

(ఇకమీద వీడిమీద కవిత్వం ఖర్చు పెట్టడం దండుగ. నన్ను తిట్టే పాడే కోన్ కిస్కాల్లో వీడో స్తనంధయుడు.[4]ఆఖరిసారిగా మాత్రం ఓ చిన్న వార్నింగ్)

ఒద్దుసుమా చెడిపోతావ్
ఒద్దికగా నడచుకో
ఓనమాలు రానివాడ
ఒళ్ళు తెలిసి మసలుకో

(ఓ చిన్న వివరణ: హూత భుక్కుకి బహువచనం లేదనడం ఆచరణ రీత్యా కాదు, గరుత్మంతుడు అనే మాటకు బహువచనం సాధ్యమే, కానీ గద్దలెన్ని ఉన్నా గరుత్మంతుడొక్కడే)

ముద్రణ:జ్యోతి మాస పత్రిక డిశెంబరు 1970

పునర్ముద్రణ 1. మరోమూడు యాభయిలు అక్టోబరు 1974 2. సిప్రాలి జూన్ 1981 అమెరికా

1. చివరి రెండు పాదాలు శ్రీశ్రీ తరవాత ఇలా మార్చాడు
స్నేహానికి రాగముంది గానానికి ప్రాణం

2 ఈ పాదం శ్రీ శ్రీ తరవాత ఇలా మార్చాడు.
పడక కింద బూతు **బుక్కు**

3. పియ్యేపీ అంటె ప్రసాద్ ఆర్ట్ పిక్చర్స్. పేరున్న సినిమా కంపెనీ. ప్రత్యగాత్మ దర్శకత్వం వహించిన మనుషులు - మమతలు (1965) సినిమాలో కన్ను మూసింది లేదు/నిన్ను మరిచింది లేదు/ నీ తోడూ ప్రియతమా పాటను శ్రీ శ్రీ సగం రాశాడు. మిగతాది దాశరధి రాశారు.

4. చంటివాడు

పదిహేడు

కమ్మని కలలే కంటూ
చల్లగా నిద్రిస్తున్నా
నిద్రాభంగం చేసే
దోమల మర్దిస్తున్నా

నిదుర లేచి స్వప్నాలను
మలుస్తాను కావ్యంగా
మనుషులారా రారండని
పిలుస్తాను శ్రావ్యంగా

ప్లిట్టు జల్లి మశకాలను
ప్రజలే చంపేస్తారు
నా కలలే వాస్తవమై
నాకం చవి చూస్తారు

నవరసాల నాయకుణ్ని
కవనం నా ఆయుధం
ఈ శతాబ్ది నేలుతుంది
బీభత్స రసాయనం

నా కూతలు శ్రోతల్లో
పుట్టించాయంట రోత
అయితే నా ఉద్దేశం
నెరవేరిందన్న మాట

బీభత్సం రసమైతే
దాని స్థాయి జుగుప్స
అజీర్ణానికి ఔషధ మది
అనవసరం విచికిత్స

అసహ్యాన్ని పుట్టించడ
మన్నదె నా హిత భావన
ఎవరి మీద ఎందుకోస
మన్నది మీ అవగాహన

విదూషకుడి విప్లవాన్ని
సవాల్ చేయు- రెడ్డి[1]
రబీలే[2] వోల్టేర్[3] రాతల
చదవలేని గుడ్డి

డిక్కెన్స్‌ను తలిచాడా
చాప్లిన్‌నే[5] మరిచాడా
అందాకా ఎందుకు మన
గురజాడను విడిచాడా

హైస్కూలు తెలుగు మేస్టరుకు
న్నంత పాటి తెలివి
ఉందా ఈ డాక్టరు కని
అడుగుతాను అలిగి

తిరుపతి వెంకట సుకవుల
తిట్టు కవిత ఫలితంగా
మూగనోళ్లు మాడలేదా
కవితా సంకలితంగా

లోని కళ్లు పైకొస్తే
అది మంచిది వొంటికి
మానసాల కల్మషాల
కెథార్సిస్సు[6] వంటిది

ముద్రణ: జ్యోతి మాసపత్రిక జనవరి 1971

పునర్ముద్రణ 1 మరో మూడు యాభయిలు అక్టోబరు 1974. 2. స్రిపాలి జూన్ 1981 అమెరికా

1. సి. నారాయణరెడ్డి
2. రబిలే (1494 - 1553) ఫ్రెంచి డాక్టరు. గొప్ప రచయిత. మొదట్లో రోగుల కోసం హాస్య వ్యంగ్య కథలు రాసేవాడు. సాహిత్యంలో వాస్తవిక వాదాన్ని బలంగా ప్రవేశ పెట్టాడు. ప్రముఖ ఆంగ్ల రచయితల మీద ఇతని ప్రభావం అమితంగా వుంది.
3. వోల్టేర్ (1694 - 1778) పేరు పొందిన ఫ్రెంచి రచయిత, కవి, నవలా కారుడు, నాటక కర్త, విమర్శకుడు. ఫ్రెంచి మహా విప్లవం (1789) మీద ఇతని భావజాల ప్రభావం వుందని అంతా ఒప్పుకుంటారు.
4. చార్లెస్ డికెన్సు (1812 - 1870) ప్రపంచ ప్రఖ్యాత ఆంగ్ల రచయిత. పారిశ్రామిక విప్లవం తరువాత సమాజంలో వచ్చిన మార్పులను తన నవలల్లో చిత్రించాడు. నిశితంగా విమర్శించాడు. ఇతని రచనల్లో పదునైన హాస్యం కనిపిస్తుంది. పిక్‌విక్ పేపర్సు, టేల్ ఆఫ్‌టు సిటీస్, ఆలివర్ ట్విస్టు, డేవిడ్ కాపర్ ఫీల్డు ఇతని గొప్ప రచనలు.
5. చార్లీ చాప్లిన్ (1899-1977) గొప్ప సినిమా దర్శకుడు. నటుడు, నిర్మాత. చురకత్తి లాంటి హాస్యం ద్వారా సామాజిక వ్యవస్థని ఎండగట్టాడు. కమ్యూనిస్టని అమెరికా నుంచి వెళ్ళగొట్టారు. కిడ్, మోడరన్ టైమ్సు, గ్రేట్ డిక్టేటర్ వగయిరా గొప్ప సినిమాల్లో నటించడమే కాక స్వంతంగా కూడా తీశాడు.
6. అరిస్టోటిల్ - గ్రీకు తత్వవేత్త (క్రీ.పూ 384 - 322). కళా సిద్ధాంతాలను వివరిస్తూ పోయిటిక్సు అనే పుస్తకం రాశాడు. అందులో 6వ అధ్యాయంలో విషాదాంత నాటకాల ప్రయోజనం కెథార్సిస్సు అని పేర్కొన్నాడు. అంటే ప్యూరిఫికేషన్, పర్గేషన్. కవిత్వం కూడా అలాగే ప్రక్షాళన చెయ్యాలని శ్రీశ్రీ ఉద్దేశం.

పద్దెనిమిది

ఆలోచనమీద నిఘా
వేస్తున్న లఫంగులు
పోలీసుల కొత్తపేరు
పుస్తకాల దొంగలు

ఆంధ్రా గవర్నమెంటా, పెంటా
ఆగు ఆగు మై బోల్తాహుం
నిభాయించు మరి, తమాయించు నీ
శవంమీద మై చల్తాహుం

అంతస్తులు చదునుచేసి
అధికారుల పని పడతా
సంత్రస్తుల కభయమిచ్చి
సమ ధర్మం నిలబెడతా

విస్సిగాణ్ణి నమ్ముకున్న
వెర్రి వెంగళప్పయా
సాహిత్యంమీద చెయ్యి
వెయ్యిబోకు తప్పయా[1]

పదవి దొరికితే
పరమానందం
బ్రహ్మానందం

పరమానందయ్యగారి
శిష్యుల్లో ఒకడివి
బ్రహ్మానందయ్యగారి[2]
భటుల్లోన శగటువి

క్రైము, సెక్సు పుస్తకాలు
కమ్మని నీ భోజనం
జాతిని మేల్కొలుపు ఝుంఝు
విప్లవ నీరాజనం

కనిపించని మాధవుణ్ణి
కాన్కలిచ్చి కొలుస్తావ్
కనిపించే మానవుణ్ణి
కాలరాయ దలుస్తావ్

పాతబడ్డ పురాణాలు
పఠనీయ ప్రబంధాలు
అందుకనే విద్యార్థులు
అశాస్త్రీయ దివాంధాలు

ఈ పదవులు ఈ బ్రదుకులు
శాశ్వతమని భ్రమించకు
ఎరుపెక్కిన తూర్పుదిక్కు
అపరాధుల క్షమించదు

ముద్రణ: జ్యోతి మాసపత్రిక జూన్ 1971

పునర్ముద్రణ 1 మరో మూడు యాభయిలు అక్టోబరు 1974.2 సిప్రాలి జూన్ 1981 అమెరికా

1. ఈ పాదాలు ఆ తరువాత శ్రీశ్రీ ఇలా మార్చాడు.

విస్సిగాణ్ణి నమ్ముకున్న
వెర్రి వెంగళప్పలు
సాహిత్యం మీదా చెయ్యి
వేస్తున్నారిప్పుడు

విస్సిగాడు అంటే విశ్వనాథ సత్యనారాయణ గారు (1895-1976)

ఈ గేయం రాసే నాటికి ఆంధ్రప్రదేశ్ హోమ్ మంత్రి జలగం వెంగళరావు. విరసం ఏర్పడగానే దాని పని పట్టించమని వెంగళరావుకు విశ్వనాథ సత్యనారాయణ ఉచిత సలహా ఇచ్చారు. విరసం మీద అమలు వరుస్తున్న నిర్బంధ విధానాన్ని విమర్శిస్తూ జలగం వెంగళరావును ఎత్తి చూపుతూ రాశాడు శ్రీ శ్రీ.

2. ఆంధ్రప్రదేశ్ ముఖ్యమంత్రి కాసు బ్రహ్మానంద రెడ్డి

పంథొమ్మిది

ఆనాడూ ఈ నాడూ
హాస్యానికి విలువ కద్దు
సాహిత్య సభాంగణాన
వ్యంగ్యానిది మొదటి పద్దు

అంతస్సుల రహస్యాలు
తెలుసు నాకు బాగా
ఛందస్సులు తోక ముడిచి
చేయు నాకు జాగా

భద్రాజుగ చద్రటాతిగ
పేరుగొన్న వాడు
పారితోషికాలు లాగి
బలే బలుస్తాడు

విప్లవ ప్రతీఘాతక
విభ్రమాల చేత
గుడ్డి కన్ను చదవలేదు
గోడ మీది వ్రాత

రచనా కాలం డిసెంబర్ 1971?
ముద్రణ మరో మూడు యాభయిలు అక్టోబరు 1974
పునర్ముద్రణ: సిప్రాలి జూన్ 1981 అమెరికా

సిప్రాలి

ఈ దినాలు సుదినాలా
చేదు చేదు దినాలా
సౌందర్యపు మాధుర్యం
లేదు లేదనాలా

విలసిల్లుత వెలుగు జల్లి
తెలుగుతల్లి ప్రాంగణం!
సమగ్రాంధ్ర వసుంధరవ్వ్
జయ జయ జయ మంగళం

ప్రజల గోడు మరచిపోవు
ప్రభుత నెవరు మెచ్చరిక
పదవి వదలలేని వాళ్ళ
కిది కడసరి హెచ్చరిక

పిట్టపోరు పిట్టపోరు
పిల్లి తీర్చి నట్టుగా
రెడ్డి తగవు కమ్మ తగవు
రెడ్డు తీర్చు గుట్టుగా

రచనా కాలం డిశెంబరు 1973?
ముద్రణ: మరో మూడు యాభయిలు అక్టోబరు 1974
పునర్ముద్రణ: సిప్రాలి జూన్ 1981 అమెరికా

జై ఆంధ్ర ఉద్యమం ఆగి పోయినాక జలగం వెంగళరావు మంత్రి వర్గం 10-12-1973న ఏర్పడింది. బహుశా ఆ తరవాత శ్రీ శ్రీ దీన్ని రాసి వుండవచ్చు.

ఇరవై ఒకటి కానుక

రాజబాబు[1] గృహప్రవేశం చేస్తున్నప్పుడు ఈ
రోజున ఏదో కానుకగా ఇయ్యాలంటే
ఏముంది నా దగ్గర ఈ ఒక్క
బక్క పలచని గీతం తప్ప!

అదే పదివేలుగా ఇస్తున్నాను
ఆశీర్వాదాల అక్షింతలతో
స్వీకరించు నాచిట్టి తమ్ముడూ
ఈ కవిత్వం నీ సైదోడూ!

రాజబాబు మంచి నటుడు కాబట్టే
రాజబాబు మంచి నరుడు కాబట్టే
రాజబాబు నా తోడల్లుడు[2] కాబట్టే
ఊదుతున్నాను ఈ గేయపు బూరా!

ఔను నాకు తెలుసునిది బాకా కవిత్వమని కాకా కవిత్వమని
రాజబాబు దగ్గర పేరుకు పోయిన
నల్లడబ్బు వాటా కవిత్వమని
ప్రచారం జరుగుతుందని బాగా తెలుసు నాకు

అబద్ధాని కాయుష్యం లేదు
నిజం నిత్యమై వెలుగుతుంది
అసత్యం కాదు నా కవిత్వం తమ్ముడూ
అనిత్యం కాదు నీ మహత్యం

అందుకే రాజబాబు నా తమ్ముడని గర్విస్తున్నాను
అందుకో ఈ గీతం ఆశీర్వదిస్తున్నాను
మండుతున్న ఈ ప్రపంచ జ్వాలల్లో
మహా పద్మంలా పూచిన వాడా

కాలుతున్న ఈ లోకం లోంచి
కనకపుష్య రాగంలాగ లేచిన వాడ
తీసుకో ఈ గీతం అంటున్నాను
వేసుకో ఈ పూల మాల అంటున్నాను

ఈ ప్రపంచపు సుప్రీంకోర్టులో
ప్రథమ ముద్దాయిగా నిలబడ్డ నాకు
ఉరి శిక్ష తప్పించడానికి
ఒకే ఒక్క సాక్షి రాజబాబు![3]

అగ్ని పర్వతం బద్దలైనప్పుడు
లావా లాగ ప్రవహిస్తూ
ఆకాశం వైపు పయనించే
తారాజువ్వ రాజబాబు

కలవాళ్ళకి రోజు రోజూ దధ్యోజనం
లేనివాళ్ళకైతే ఒక దుప్పి భోజనం[4]
ఈ ఎగుడు దిగుడు సమాజాన్ని మరామత్తు చెయ్యాలి
ఈ అన్యాయాల క్రమాల్ని హజామత్తు చెయ్యాలి

రాజబాబూ నీ మనస్సు
సుమనంపు
కలువపూవు పెదనాన్నా
కాబట్టి
దీవిస్తున్నాను

ఇదుగో నా ఆశీస్సు
తమ్ముడూ! రాజబాబూ
నీ ఒకే ఆల్[5] అమ్ములమ్మతో
ఇద్దరే సుపుత్రుళ్ళతో
ఇతోధికంగా వర్ధిల్లు
ఇదే నా కానుక!
నీ వాళ్ళు వెయ్యేళ్ళు బతకాలి
నీ యిల్లు వెయ్యేళ్ళు కావాలి
మళ్ళీ కలుద్దాం ఆనక!

అముద్రితం *14-3-1974*

1. రాజబాబు (19 - 1983) తెలుగు సినిమా హాస్య నటుడు. చాలా చిత్రాలలో నటించాడు. అల్లూరి సీతారామరాజు చిత్రంలో పోలీసు సబ్ ఇన్స్పెక్టర్ వేషం వేశారు. గమ్మత్తుగా చిన్నపిల్ల గొంతుకతో మాట్లాడ్డం వీరి ప్రత్యేకత.
2. శ్రీ శ్రీ రెండో భార్య సరోజ, రాజబాబు భార్య అమ్ములు అక్కా చెల్లెళ్ళు.
3. శ్రీ శ్రీ కి రాజబాబు చేసిన అజ్ఞాత సహాయం ఏమిటో మనకు తెలీదు. మనకు వినాలని వున్నా చెప్పడానికి ఇద్దరూ లేరు.
4. ఆకలయినప్పుడు దుప్పి తన మర్మాయవయాన్ని తానే చీకుతుందని చెబుతారు.
5. ఆల్ అంటే ఆలి
ఆల్ అంటే ఇంగ్లీషు ALL
రెండర్థాలలో వాడాడు శ్రీ శ్రీ. భార్య అమ్ములే సర్వస్వం అని సూచన.

ఇరవై రెండు

సమకాలిక జీవితమే
సత్కవితా వస్తువు
అన్వేషి కుకవీ చచ్చిన
వంటే పడి చస్తురు

కరుణ రసం శృంగారం
వాడిన పూరేకులు
వీరరసం బీభత్సం
ఈ నాటి తుపాకులు

శాత్య హింసలను జపించి
చవటలుగా మారినాం
పోరాటం చేత గాని
బోకులమై పోయినాం

పోలీసుల రాజ్యమిది
పోలింగొక బూటకం
ఫాసిజమై మారుతోంది
ప్రజాస్వామ్య నాటకం

పాతకి వేస్తారు జనం
పది నిలువుల పాతర
భావికి చేస్తారు జనం
భవ్యమైన జాతర

రచనాకాలం జూన్ 1974?
ముద్రణ మరో మూడు యాభయిలు అక్టోబరు 1974
పునర్ముద్రణ సిప్రాలి జూన్ 1981 అమెరికా

ఇరవై మూడు

దొంగనోట్ల సంపదలో
దోపిడి సర్దారు
పోటీ సర్కారు పెట్టి
లూటీ చేస్తాడు

మైసావలలో చిక్కిన
మన దేశపు స్మగ్లర్సు
మాఫియాకు దారి చూపు
మహ డేంజరు సిగ్నల్సు

కరువు కాటకాల మధ్య
పెరిగె ప్రజల ఆర్తి
గాలివానతోనే ఇక
కథకు పరిసమాప్తి

క్రయ విక్రయ సమాజమిది
లాభ లబ్ది లక్ష్యం
విజృంభించు విప్లవాలె
ప్రజను చేర్చు గమ్యం

క్రమబద్ధం కానట్లే
కనిపించే చరిత్ర
పరిణమించి ధరిస్తుంది
జన విప్లవ పాత్ర

ఉద్యమాలు పొందవచ్చు
తాత్కాలిక పరాజయం
ఆఖరి సంగ్రామంలో
అరుణారుణ మహోదయం

రచనాకాలం జులై 1974?
ముద్రణ మరో మూడు యాభయిలు అక్టోబరు 1974
పునర్ముద్రణ సిప్రాలి జూన్ 1981 అమెరికా

ఇరవై నాలుగు

కెమెరా ఫోకస్ చెయి
రెండు బొమ్మలు
ఫోకస్ తిప్పు
సరిగ్గా చూడు
ఒకే బొమ్మ

అముద్రితం

ఇరవై ఐదు నగ

"న" అనే అక్షరాన్ని
న్న అని రాయకూడదూ?
"గ" అనే అక్షరాన్ని
గ్గ అని రాయకూడదూ?
దీనిపేరే న్న గ్గ!

అముద్రితం తేదీ 1979?

వస్తున్నా! ఇరవయ్యారు

వస్తున్నా. స్నానం
చేస్తున్నా.
(పది నిముషాలాగ లేవూ?)
సభాహ్యాభ్యంతరం శుచిః
వచ్చేశా
విచ్చేశా
వెళ్ళిపోయావా?
మళ్ళీ రావా?

అముద్రితం తేదీ *1980?*

ఇరవయ్యేడు

మునిసిపల్ హల్వాలా[1]
మొహం వున్న నీ వకటా
పర్మనెంటు వామనుడివి
త్రివిక్రమత నీవొకటా?

నాది సామ్యవాద మౌనం
కాదు అదో ప్రశ్నయా?
ఎడ్డెమనగ తెడ్డెమనకు
రోరి శునక శిశ్నమా!

1. మునిసిపల్ హల్వా అంటే మానవ మలం. పాకీదొడ్లు శుభ్రం చేసి మలం మునిసిపాలిటీ బండిలో వేసుకెళ్ళేవారు.

అముద్రితం

, ప్రాసక్రీడలు పూర్తిగా ఏ పుస్తకంలో ప్రచురించ లేదు. కొన్ని కొన్ని భాగాలు మాత్రం .ఈ కింది వాటిల్లో అచ్చయ్యాయి.

1. మూడు యాభయిలు *1964*
2. శ్రీశ్రీ సాహిత్య సంపుటాలు *1970* మూడు కావ్య విభాగం
3. మరో మూడు యాభయిలు అక్టోబరు *1974*
4. సిప్రాలి జూన్ *1981* అమెరికా

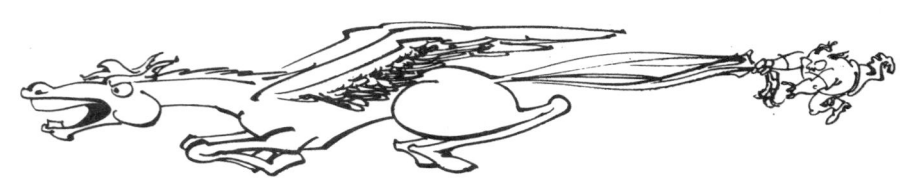

పంచపదులు

క్విన్-వన్

కొత్త మంగళం సుబ్బు
పాత చింతకాయ పచ్చడి రుబ్బు
మనకదంతా తబ్బిబ్బు
అయినా కవిత్వం కొట్టదు గబ్బు
అది చదివితే హృదయం ఉబ్బు

క్విన్-టూ

ఇండియా ప్రధాని కాగోరు
రవీంద్రనాథ టాగోరు
అది అంతమందికీ ఐసోరు
ఉబలాటం మాత్రం బలేజోరు
కాని ఉభయులూ స్థలంమారితే బాగోరు

క్విన్-త్రీ

ద్రవ్యంలో లోపిస్తే యావత్తు
ద్రవం అయిపోతుంది యావత్తు
అన్నాడొక కవి యేదో మత్తు
లో, మళ్ళీ యకారం చేర్చి మరామత్తు
చెయ్యాలంటే అయ్యా తప్పదు ఆపత్తు

క్విన్-ఫోర్

అరవ్వాడి దోసై
మీద తోచింది వ్రాశై
ఏవో విట్లు వేశై
ఏవో ఫీట్లు చేశై
తరవ్వాత చూసుకుందాం ప్రాసై

క్వీన్-ఫైవ్

హవాయీ జహాజ్‌మే హమేషా
ప్రయాణం చెయ్యడం తమాషా
రుబాయీ పాలంలో హాలీషా
నిషా పొందడంతో ద్విభాషా
మసాలా నసాళాని కెక్కున్నాడు జనాబ్ శ్రీశ్రీ అలీషా

క్వీన్-సిక్స్

క్లీం
ఢాం ఢూం హ్రోం హ్రూం హ్రీం
అంటూ మన దేశవాళీ హకీం
మంత్రాలకి చింతకాయల్ని దభీం
అని రాల్చాలంటూ కంటూ ఉంటాడు డ్రీం

క్వీన్-సెవెన్

ఆకర్షిస్తుంది నన్ను లిమరిక్కు[2]
అందులో ఏదో వుంది చమక్కు
దాని రైము స్కీముకు భిషక్కు
నై, ఇదో రకం లిరిక్కు
తయారుచేశాను భాయీ అలక్కు

క్వీన్-ఎయిట్

కింగ్ రిచర్డ్ ది థర్డు[3]
ఆట్ నెవర్ టు హోప్ అక్కర్డు
అని పలికె క్లెరిహూ[4] అనే బార్డు[5]
దీన్ని మెచ్చుకోలేని పూర్ బర్డు[6]
నయాపైసాకైనా మార్డు

ఆ కవిగాడే గానికి మారడు!

112 సిప్రాలి

క్వీన్-నైన్

ఏదీ పంపలేదు జ్యోతి
కిన్నాళ్ళ్లా, ఏదో ఒక రీతి
పచరించి అయిదు పాదాల గీతి
బద్ధకాన్ని గోతిలో పాతి
ఆఖరికి కృతార్థుణ్ణైతి

క్వీన్-టెన్

క్వింటూప్లెట్ నంబర్ టెన్
పిలుస్తోంది నవంబర్ వన్
లాగ ఆలోగా సంపాదకులన్
మెప్పించే విధంగా కన్
కాక్షన్ చెయ్యాలి కొంత ఫన్

ముద్రణ: 'జ్యోతి' మాస పత్రిక నవంబరు **1963**

1. ఆంధ్ర సచిత్ర వార పత్రిక (1959)లో ఆరుద్రగారు గళ్ళనుడికట్టు (మాటల పజిల్) నిర్వహిస్తుండే వారు. ఒకసారి ఈ క్లూ ఇచ్చారు.

2 "లిమరిక్కుకి ఇంగ్లీషులో అయిదు లైన్సుంటాయి. ఈ అయిదు లైన్సులోను రైము స్కీము a a b b a - 1, 2, 5 ఒక రైము; 3, 4 ఇంకో రైము వుంటుంది. దాన్ని నేనేం చేశానంటే మొత్తం అన్నిటికి ఒకటే రైము పెట్టాను. పంచపదులు అన్నాను. అయిదు పాదాలకి ఒకటే రైము వుంటుంది. అదే రైము స్కీము". ఈ వివరణ శ్రీశ్రీ స్వయంగా 26-5-1981న చికాగోలో ఇచ్చాడు.

లిమరిక్ (LIMERICK) అనే మాట ఇంగ్లీషులో ఎలా వచ్చిందో తెలియదు. ఐర్లండులో ఒక ప్రాంతం (ఇంగ్లీషులో కౌంటీ అంటారు) పేరు లిమరిక్. ఐర్లండు (18వ శతాబ్దం)లో సైనికుల బృందగానం దీనికి మూలం అంటారు. "Will you come up to Limerick?"

ఇంగ్లీషులో లిమరిక్కుల తొలి సంపుటి 1820లో వెలువడింది. వీటిని విరివిగా రాసిన కవి ఎడ్వర్డు లియర్ (1812-1888). అతని బుక్ ఆఫ్ నాన్సెన్స్ (1846)లో బోలెడు లిమరిక్కులున్నాయి. వీటిలో హాస్యం పాలు ఎక్కువ. అసభ్యత, దూషణ **చోటు** చేసుకోవడం కద్దు.

3. జార్జ్ ది థర్డు/ఆట్ నెవర్ టు హావ్ అక్కర్డు/ వన్ కాన్ ఓన్లీ వండర్/ ఎట్ సొ గ్రాటెస్క్ ఎ బ్లండర్. క్లెరిహూ రాసిన అసలు కవిత యిది. శ్రీశ్రీ పొరపాటున జార్జ్ బదులు రిచర్డ్ వాడాడు.

4 ఎడ్మండ్ క్లెరిహూ బెంట్లీ (1875-1956) ఇంగ్లీషు పాత్రికేయుడు, కవి. **క్లెరిహూ** అనే గమ్మత్తు గేయ ఫణితిని ప్రవేశపెట్టాడు.

5 బార్డు అంటే కవి.

6 బర్డు అంటే పక్షి

గోపాలాంకితం

విజయవాడ కాదది బెజవాడ
వినరార చెవులార తెలుగోడ
తొలినాటి శాసనమ్ముల జూడ
బెజవాడరూపమే కలదాడ
నిష్కారమౌనురా నిజమాడ

కోనోపనిషత్తు

La Rochefoucauld

తన సరదా కో
సం కాకుండా లోకో
పకారం కోసం రాశాడు కావలిస్తే చదూకో
లేకుంటే నీయింటే కూకో

పాపనాశనం

గంగ
లో మునుగంగ
పాపాలు పోతాయని ఒక దొంగ
కాశీకి వెళ్ళి గంగలో బుడుంగ
ని మునింగి చనిపోయాడు చల్లంగ

DOGGEREL

అరిచే కుక్కలు కరవవు
కరిచే కుక్కలు మొరగవు
కరవక మొరిగే కుక్కలు తరమవు
అరవక కరిచే కుక్కలు మరలవు
అరవని కరవని కుక్కలెక్కడా దొరకవు

ఇక్కడంతా క్షేమం

కరువులో అధికమాసం
దరిద్రానికి అనుప్రాసం
జగాన ముప్పాతిక మువ్వీసం
జనాళికి తృణాలే గ్రాసం
అవీ లేకుంటే ఉపవాసం

శాంపిల్ దాంపత్యం

అతగాడి పేరు గురాచారి
అతనో పెద్ద దురాచారి
అతని దెప్పుడూ మరో దారి
అతనికంటె భార్య కొద్దిగా అనాకారి
అతనిపాలిటి కావిడ మహామారి

వంఖ లేలం పే

వంద రూపాయల నోటు
ఖరీదు ఒక వోటు
లేదా రండీమహల్లో చోటు
లంచగొండికి వెండి బూటు
పేదవాడికి నట్టేట్లో లైఫ్ బోటు

ఏకవీరుడు

శ్రీమాన్ విశ్వనాథ సత్యనారాయణ
గారి శ్రీమద్రామాయణ
కావ్యం రోజూ పారాయణ
చేసే వాళ్లెవరూ లేరా యన
ఉన్నానని ఒకడేనా అంటే సంతోషిస్తారాయన

SELF-PORTRAIT

విదూషకుడి **temperament**
ఏదో ఒక **discontent**
బ్రదుకుతో **experiment**
పదాలు **patent** రసాలు **torrent**
సదసత్సమస్యకి **solvent** శ్రీశ్రీ **giant**

స్వజాతీయ గీతం

తెలుగువాడి తెలివితేటలకి జై జై
తెలుగువాడు దేనికైనా సై సై
తెలుగువారి నెదురువాడు నై నై
తెలుగునాట కవుల పాట హై - ఫై
ప్రస్తుతానికి వస్తా మరి నేస్తం బై బై

ముద్రణ 'జ్యోతి' మాసపత్రిక డిసెంబరు 1963

1. లారోచి ఫొకాల్డు (1613-1680) ఫ్రెంచి రాజకీయ వేత్త, రచయిత, కవి. రిచ్లూ, మజారిన్ లాంటి మంత్రులకు వ్యతిరేకంగా కుట్రలు పన్నడంలో సగం కాలం గడిచిపోయింది.. సూక్తులు వాడిగా రాసేవాడు. నీతి సూత్రాల్లాగా వుండేవి. తన జ్ఞాపకాలు కూడా రాశాడు.

సిప్రాలి

ప్రపంచ తంత్రం

మా వూళ్ళో కొంత మంది కాకా
రాయుళ్ళున్నారు వాళ్ళు బాకా
బాగా పడతారు కాని అదంతా కా
వలసింది సాధించుకొనేదాకా
ఆమీద ఇస్తారు ధోకా

గురులఘువులు

మహా మహా
కవులు సహా
రా యెడారి దారుల్లో విహా
రాలు చేస్తున్నా రహా
తమ శిష్యుల్తో సహా

ఉభయశ్రీ

"రెండు శ్రీలు ధరించి
రెండు పెగ్సు బిగించి
వరలు శబ్ద విరించి"
అనుచు మీటెను దంచి
ఆరుద్ర కవితా విపంచి

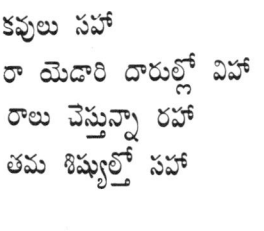

మెదళ్ళకి కళ్ళు

ఆలోచించడం
అంటే ఊకని దంచడం
కాదు ఊహని పెంచడం
వ్యథల్ని చించడం
సుధల్ని పంచడం

ప్రాసోపదేశం

అసమర్థుడి చేతిలో అసొనెన్సు
అందించదు సరిగ్గా రిసొనెన్సు
దానికి కావాలెంతో విజిలెన్సు
అందుకే ఛందోరహస్యం తెలిసిన వెటరన్సు
స్ట్రెయిట్ రైమ్‌కే ఇస్తారు ప్రిఫరెన్సు

అల్లసాని నిజం

ఆరోజుల్లో కవిత్వం
నిరుపహతి స్థలం
కప్పుర విడెం భోజనం
ఊయెలమంచం రసజ్ఞ పాఠకలోకం
దొరికితేనే శక్యం

R.I.P. fora V.I.P.

అమెరికా ప్రెసిడెంటుకి కూడ
రక్షణ లేదోరి బుల్లోడ
నీయిల్లు ఒక చిల్లి ఓడ
నీ స్వేచ్ఛ సుడిగాలి మేడ
వదిలించుకో ఇంక ద్వేషాల పీడ

నో పార్కింగ్

జో
రుగా పో
వగానే సరికాదురో
సిసలైన. అసలైన గమ్యంతో
సూటైన బాటనే గో

Tale With a tail

అనగా అనగా ఒక దొరగారు
ఊళ్ళన్నీ కాళ్ళరిగేట్టు తిరిగారు
ఎండల్లో ఎండి వానల్లో తడిశారు
ప్రస్తుతం వారు కాసుకైనా కొరగారు
అంచేత కొంచెం లెఫ్టుకి జరిగారు

గద్యపద్య చింతామణి

పద్యం
ఎక్కువా లేక గద్యం
ఎక్కువా అనే సమస్య అభేద్యం
ఐనా ఘంటా వాద్యం
గా నేనంటానీరెండూ నాకే నైవేద్యం

ఏ యెండకా కొడుకు

కుక్క గొడుగు పార్టీల అభిప్రాయాలు
కూడా కావాలి చర్చనీయాలు
అందుకే ఈనాడు రాజకీయాలు
అందరికీ ఉపాధేయాలు
అప్పుడే తేలుతాయి న్యాయాన్యాయాలు

కవిత్తం

ఏనాటికైనా డబ్బు
అదోరకం అబ్బు
రంపు వెధవ జబ్బు
ఉండదా దాన్ని కుదిర్చే మెడిసినల్ సబ్బు
చెండదా దాన్ని కవిగారి కలం నిబ్బు

Slowగాన్లు

వింటే తెలుగు భారతమే వినాలి
తింటే పెరుగు గారెలే తినాలి
అంటే అంతా మెచ్చేదే అనాలి
కంటే టెక్నీ కలలే కనాలి
కొంటే జ్యోతి పత్రికనే కొనాలి

కార్ట్యూనులు

ప్రధాని పండిట్ జవహరు
లాల్ నెహ్రూ లోకానికి వెలుతురు[2]
ఐరాసకి సూపర్ సెక్రటరీ జనరలు
ఏ కూటం లోనూ ఆయన కలవరు
దేవుణ్ణయినా గుడ్డిగా కొలవరు

కామరాజ్[3] అవర్గళు[4]
కాంగ్రెసు పార్టీకి గవర్నరు
తమిళ నాటికి తలైవరు[5]
ప్రధాని పండిట్ జవహరు
లాల్ నెహ్రూ తలపుల చిలవలకి పలవలు

ముద్రణ: 'జ్యోతి' మాస పత్రిక జనవరి ***1964***

1. జాన్ ఫిట్జ్ గెరాల్డు కెన్నెడీ (1917-1963) అమెరికా అధ్యక్షుడు (1961-1963). కారులో వెళుతుంటే భవనం పై అంతస్తులో నుంచి కాల్చి చంపారు (22-11-1963).
2. ఆనాటి కమ్యూనిస్టు పార్టీ భారత ప్రధాని నెహ్రూను (1891-1964) ఆకాశానికి ఎత్తేస్తూ వుండేది. ఆ ప్రభావం శ్రీశ్రీ మీద పడింది.
3. కామరాజు నాడారు (1915-1975) రాజగోపాలాచారిని పదవిలో నుంచి తప్పించి 1954లో మదరాసు రాష్ట్ర ముఖ్యమంత్రి అయ్యారు. ఏక ఛత్రాధిపత్యంగా ఏలారు.

   తరవాత కేంద్ర కాంగ్రెసు రాజకీయాల్లో కీలక పాత్ర వహించారు. కామరాజు పథకం పేరుతో తనకు గిట్టని వాళ్ళని నెహ్రూ 1963లో కేంద్ర మంత్రి వర్గం నుంచి తప్పించారు. ఆ ఏడాది భువనేశ్వర్ మహా సభలో కాంగ్రెసు అధ్యక్షుడయ్యారు.
4. 'అవర్గళు' తమిళ పదం. 'వారు' అని అర్థం.
5. 'తలైవరు' మరో తమిళ పదం. హెడ్‌మాన్ -నాయకుడు అని అర్థం.

నాలుగు

శ్రవణ ప్రాస

లాటాను
ప్రాసం, ఛేకానుప్రాసం భూటాను
లో ప్రారంభించాయి గలాటాను
కోరుకున్నాయి నా కవితలో వాటాను
ఒప్పుకొని వారుభయులూ గొప్పవారే అని చాటాను

శుద్ధ బుద్ధి

మానవుని మనస్సు
కి నా సవినయనమస్సు;
తమాం యూనివర్సు
దాని సామ్రాజ్యం; లేదు దానికి వయస్సు
అది గట్లులేని మానసరస్సు

బాలశిక్ష

అల్లాటప్పా
రాతలు రాయడమే చెప్పుకోదగ్గ గొప్పా
ఒప్పుకోదగ్గ మెప్పా
అలాంటి రచయితల చెవులు మెలితిప్పా
నంటే అది నా తప్పా

ఏనుగు వెనకాతల....

ఆరుద్ర కవిత్వంమీద ఈ వారం
మళ్ళీ రేగింది గాలిదుమారం
పాతరాతి యుగాల అవశేషాల సారం
ఇంకా చలామణీ కావడం ఘోరం
ఆధునిక సాహిత్య సౌందర్యానికదెంతో దూరం

పేనుగ

లక్ష్మీ నరసింహారావు పానుగంటి
సాక్షివ్యాసాలు చదవడం మాననంటి
ఎంచేతంటే వాటిలో పేనులాంటి
భావానికాయన ఏనుగంటి
రూపాన్నియ్యడం నేను గంటి

కుస్వతంత్రం

పేరుకుమాత్రం స్వతంత్రం
చేసేదంతా కుతంత్రం
చేరువకాగా జీవిత సాయంత్రం
జపించి అమెరికా మంత్రం
పట్టుకోబోతారు రాజ్యాంగ యంత్రం

EAST IS WEST

ప్రాక్కు

వాటర్ కలర్సుతో పెక్కు
వర్ణ చిత్రాలు రచించగా పశ్చిమదిక్కు
వాటినే తైల వర్ణ చిత్రాలుగా చెక్కు
తూండడంచూసి కళాచౌర్యం అన్నాడు క్రిటిక్కు

బ్రహ్మపదార్థం

మాటవరసకి దరిమిలా
అనే మాట వుంది, దానికి చెలిమిగా
దాని పరిమళానికి సరిపడా
మరోమాట లేదని మరీ యిలా
గింజుకోవడమెందుకు గిలగిలా

సిప్రాలి

CREDO

నా యింటిపేరు ప్రపంచం
ప్రజలే నా కుటుంబం
వెదజల్లుతా దిగ్దిగంతం
అభ్యుదయ సుగంధం
అప్పుడు నా జీవితమే ఒక ప్రబంధం

ప్రొహిబిషన్ జిందాబాద్

మద్యనిషేధం
వద్దనడమే అపరాధం
అదో పెద్ద అగాధం
సర్వం శ్రీ జగన్నాథం
సర్వోదయాశ్వమేధం

ఫై-ఫై

ఫైనార్ట్సూ, ఫైనాన్సూ కలిస్తే
రెండూ ఒకే విశ్వరూపం ధరిస్తే
కాపిటల్‌గానే వుంటుందిగాని స్మరిస్తే
మనలాంటివాళ్ళకదో అవస్థే
అటువైపు వెళ్లొద్దు మిత్రమా నమస్తే

గుం

INTELLEGENTLE MEN అంతా గుంటూరు
పురంలోనే ఉంటారు
సుమా అని (అక్కడ) కొందరంటారు
కాదని వాదుకొస్తే తంతారు
ఎందుకు బ్రదర్ మన కసలీ తంటాలు

వీరాంజనేయం

బ్రహ్మచర్యం
ఆసేతు శీతాచలపర్యం
తం అనుష్ఠించదగ్గ కార్యం
త్వరలో ప్రభుత్వం ఇది ధైర్యం
గా అమలుచేస్తే వర్ధిల్లుతుంది మన వీర్యం

అమానుషం

జనాభా సమస్యకి విరుగుడు
బ్రహ్మచర్యం అనే మాటకి తిరుగుడు
లేదు, నిజంగా ఇది కొరుకుడు
పడని సత్యమేకాని అంతా ఆదారినే నడువుడు
అప్పుడు భూమ్మీద మనిషే మిగలడు

కామ్రేడ్ నికిటా క్రుశ్చేవు
భావాలకి సంకెళ్లు లేవు

ఆయన మానవజాతినే హరించబోవు
యుద్ధానికి విధించి చావు
శాంతినౌకని చేరుస్తాడు రేవు

నేస్తం కౌమరాజు నేర్పిన పాఠం
అస్తమానం అంటిపెట్టుకోకూడదు అధికారపీఠం
జనుల అభిమానం పవరుకు మూలం
జల్దుకొని గ్రహించె సంజీవరెడ్డి నీలం
తమ రాజకీయాలలో ఘటనా ఘటన
సమర్థతకి కీలకం వారి నిత్యపర్యటన

మెడ మీద తల నోట్లో నాలిక
ఉందనుకునే ప్రతివాడూ డొక్క చీలిక
చీలికల్చేసి చెండాడి పారెయ్యడానికె బహుతేలిక
ఋన, బాధ్యతలేని సబ్జెట్లు పంచవర్ష ప్రణాళిక

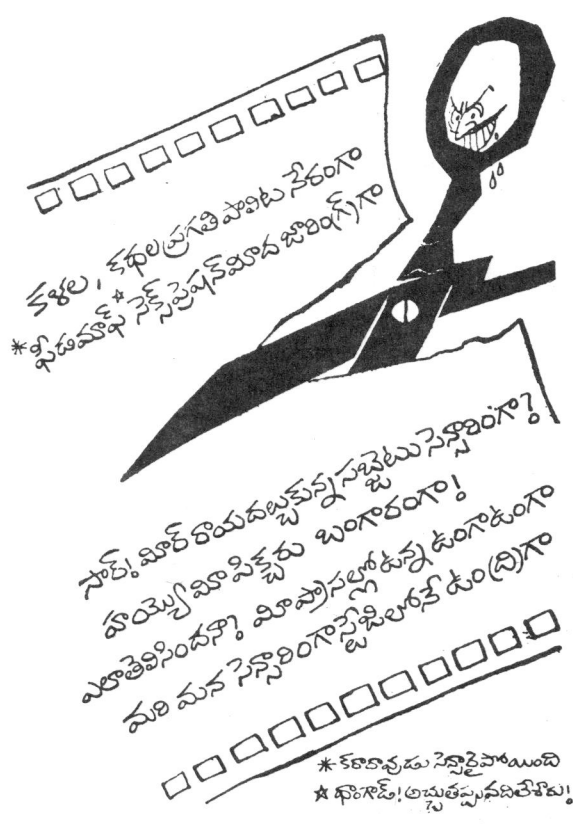

ముద్రణ: 'జ్యోతి' మాస పత్రిక ఫిబ్రవరి *1964*

ఆఖరి మూడు గేయాలు తప్ప తక్కినవన్నీ 'లిమబుక్కులు' పేరుతో మూడు యాభయిలు 1964, శ్రీశ్రీ సాహిత్య సంపుటాలు 1970 మూడు కావ్య విభాగం సిప్రాలి జూన్ 1981 అమెరికా పేటన్నిట్లో అచ్చయ్యాయి.

1. యన్.ఎస్. కృశ్చేవ్ (1894-1971) రష్యా కమ్యూనిస్టు పార్టీ కార్యదర్శి (1953). రష్యా ప్రధాని (1958). 20వ పార్టీ మహా సభలో (1956) శాంతి మంత్రం జపించాడు (1. యుద్ధ నివారణ 2. శాంతి స్థాపన 3. సోషలిజానికి శాంతియుత పరివర్తన) సంఘర్షణ మాట మానేసి అస్తమానం శాంతి గురించే మాట్లాడేవాడు. ఇదే రివిజనిజానికి దారి తీసింది. సోషలిజానికి శాంతియుత పరివర్తన మాటెలా వున్నా, సోషలిజం నుంచి పెట్టుబడిదారీ విధానానికి మాత్రం 'శాంతియుత' పరివర్తన జరిగింది రష్యాలో. అంతర్జాతీయ రివిజనిజం ప్రభావంలో భారత కమ్యూనిస్టు పార్టీ కూడా కూరుకు పోయింది. బయటికి రాలేక పోయింది. శ్రీశ్రీ మాత్రం బయటికి రాగలిగాడు. అందుకు తార్కాణం ఆ తరవాత రాసిన లిమబుక్కులే.

2. నీలం సంజీవరెడ్డి (1913-) రెండోసారి ఆంధ్రప్రదేశ్ ముఖ్యమంత్రిగా ఉన్నపుడు (1962-1964) R.T.C. బస్సుల జాతీయకరణ మీద హైకోర్టు వ్యతిరేకంగా తీర్పిచ్చిందని ముఖ్యమంత్రి పదవికి రాజీనామా చేశారు.

తిమ్మాజోకులు

ఒకటి

నేను—

ముసలివాణ్ణి
కాను అసలు వాణ్ణి
పడగెత్తిన తాచుపాము బుసలవాణ్ణి
పీడితుల్ని వెంటేసుకు మసలువాణ్ణి
అందుకున్న ఆకాశపు కొసలవాణ్ణి

ఔను

నిజంగా నేను
ప్రజల కవినేను
ఎంచే తంటేను
వాళ్ళని చదివేను
చదివిందే రాసేను

రంగు (1)

ఎరుపు
ద్రోహుల గుండెల్లో కురుపు
ఆరాటానికి ఆటవిడుపు
పోరాటానికి పిలుపు
దానిదే గెలుపు

రంగు (2)

నల్లదొరలు
దుష్పరిపాలన దురంధరులు
పెంచుతున్నారు ధరలు
నించుతున్నారు చెరలు
దించుతున్నారు చీకటితెరలు

రంగు (3)

తెల్ల కమ్యూనిస్టులు
రక్తపాతాని కనిస్టులు
విప్లవానికి బహిష్టులు
ఇందిరా రాధనలో శ్రేష్టులు
నవభారత ధార్తరాష్ట్రీ రివిజనిస్టులు

రంగు (4)

ఆకుపచ్చ విప్లవం
అసార సమృద్ధికి విత్తనం
అయినా అలగాజనానికి విక్లబం
అది చేసే అన్యాయాల విక్రయం
ఆపండని నా విన్నవం

హాళ్ళీసకం

వారే గుళ్ళీ
బిగించి కారా కిళ్ళీ
ఇలా వచ్చావేం కాళ్ళీ
దుబ్బుకుంటూ మళ్ళీ
ఇక్కడేముంది సున్నకి సున్నా హాళ్ళికి హాళ్లీ

పరిమిత వాదులు

నిన్నటి కమ్యూనిస్టులు
నేటి మర్యాదస్తులు
ఉదారవాదులు, సంపన్న గృహస్థులు
వ్యాపారైక దృష్టులు
తపో

క్వేళ

సమ్మెల వేళ
కవి సమ్మేళ
నాకేల ఓరోరి కూళ
వినరా దిగంతరాళ
కరాళ దిగంబర గ్రీవమేళ

సినీసిజం

ఫిలిం ప్రపంచం ఫిల్తీ
అందులోదంతా కల్తీ
ఎలాగైనా లాభార్తీ
సేందుకే సిద్ధం అందులో ప్రతీ శాల్తీ
దాన్ని జాతీయం చేయకపోవడం గల్తీ

ఆక్సిజనులు

దిగంబర కవులు
ముళ్ళ గులాబీపువ్వులు
ఆగ్రహ భార్గవులు
ప్రభువుల శిరసులపై పరశువులు
పగ పట్టిన చక్షుశ్శ్రవులు

ఏం లా%భం?

పెరిగితే వ్యాపార దృష్టి
మరిగితే లాభాల వృష్టి
దొరికితే అమెరికా ముష్టి
మిగిలేది విగ్రహ పుష్టి
నైవేద్య నష్టి

స్వాహోకార్లు

పిల్లికి బిచ్చం పెట్టని సాహుకారు
కుదరని మతపిచ్చి పట్టిన స్వాములారు
పెద్ద పెద్ద మాటల వెనుక దాగుతారు
డబ్బుతో రౌడీలను సాకుతారు
అంచేత కామ్రేడ్స్ పారా హుషారు

ఆరోగ్య స్నానం

విచిత్రమైన **Vietnamization**
అసహ్యమైన **Syphilization**
అసభ్యమైన **Sexamination**
అనుచితమైన **Contamination**
అవసరం **De-americanisation**

హుష్

స్పేస్
సుభాస్
చంద్రబోస్
లా, సెభాష్
అంతా కామోష్

సమాజ శస్త్రవైద్యులు

విచిత్ర వీరులు నక్సలైట్లు
అన్యాయాలకి డైనమైట్లు
అంధకారంలో టార్చిలైట్లు
నవయువజీవన కాస్మోనాట్లు
వాళ్ళంటే హడిలిపోతారు నిక్సనైట్లు

ప్రతికా స్వాతంత్ర్యం

ఎడిటరయ్యవార్లంగారు
నీరస గంగాధరంగారు[2]
పచ్చి వెలక్కాయ మింగారు
దిగంబరులంటే కంగారు
ఇత్తడే వాళ్ళకి బంగారు

మందులకు మందులు

కందకు
లేని దురద బచ్చలి కెందుకు
అయినా వాగించేందుకు
నా ముందుకు
వస్తే ఇస్తా కాస్త మందుకు

అది వాళ్ళ తద్దినం

అప్పుల వాళ్ళ బాధ ఉందే
తస్సాదియ్యా (సందే
హం లేదు) చాలా ఇబ్బందే
అయినా చెబుతున్నా ముందే
బాధ వాళ్ళదైతే సుఖం మన్దే

1963 లో

పిడుక్కీ బియ్యానికీ ఒకే
మంత్రం పఠించడానికే
తయారయింది చీనా, అందుకే
మావోకి చీవాట్లు పెట్టిందికే[3]
వెళ్ళింది సిరిమావో బండారనాయకే

1970: లంకా జనాస్సుఖినోభవన్తు

సింహళదేశపు వోటర్లు
సిరిమావో వెనరేటర్లు
విప్లవానికి థర్మామీటర్లు
విద్యుచ్ఛక్తి జెనరేటర్లు
వాళ్ళే అమెరికాకి వాటర్లూ

వివాదాంధ్ర

దిక్కులేని దివాలాంధ్ర
పెంట మీద పిశాచాంధ్ర
కృత్త పుచ్ఛ సృగాలాంధ్ర
మత్తతుచ్ఛ మసాలాంధ్ర
వెర్రెత్తిన విషాదాంధ్ర

సినీ మాయ

నీతి నీమా
ల్లేని సినీమా
ముందు ప్రణామా
లెందుకురా అది మనీమా
ర్కెట్ ఎనీమా

క్రిమినల్లులు

క్రిమినల్ సెక్స్ క్రిములు
పురజనుల మూలుగులు నములు
అవి నిండిన పత్రికలే యములు
వాటిని ప్రకటించే నరాధములు
ఆ క్రిములతోనే నములు

దూదూదూదూ

ఎల్లవేళల నిజం చెప్పరా ... దూ
తల్లిదండ్రుల మాట వినరా ... దూ
ఎదుటివాడి మేలు కోరరా ... దూ
ఎంచి ఎంచి మంచి పెంచరా ... దూ
మంచివారి పంచ చేరరా ... దూ

సలహా

అబ్బబ్బా బలే జోరుగా
అన్నన్నా బలాదూరుగా
అమ్మమ్మా ఇదే తీరుగా
అర్రర్రే మరీ హోరుగా
అయ్యయ్యో తిరగకురా సవాసేరుగా

• లిమబుక్కులు అనే పదం లిమరిక్కు (LIMERICK)లనూ మన బుక్కులను కలిపి శ్రీశ్రీ చేసిన విశ్వామిత్ర సృష్టి 'లిమరిక్కు' అనే మాట ఇంగ్లీషులో ఎలా వచ్చిందో సరిగ్గా తెలియదు. ఈ గేయ రూపం ఎక్కువగా వాడిన ఇంగ్లీషు కవి EDWARD LEAR.

ముద్రణ జ్యోతి మాస పత్రిక ఆగష్టు 1970

1 నిక్సనైట్లు: ఆనాటి అమెరికా అధ్యక్షుడు నిక్సన్. నక్సలైట్ వ్యతిరేకులను అలా వర్ణించాడు శ్రీశ్రీ.
2 రసగంగాధరం అని సంస్కృతంలో లక్షణ గ్రంథం ఉంది. దాన్ని వెక్కిరిస్తూ శ్రీశ్రీ నీరసగంగాధరం అని రాసి ఉండవచ్చు.

3'మూపొకి పినాట్లు పెట్టిందికే' అనే పాదం ఆ తరవాత శ్రీశ్రీ ఇలా మార్చాడు 'నిజం చెప్పిందికే'
ముద్రణ మరో మూడు యాభయిలు అక్టోబరు 1974
పునర్ముద్రణ సిప్రాలి జూన్ 1981 అమెరికా

4 వాటర్లూ యుద్ధంలో (18-6-1815) నెపోలియన్ ఓడిపోయాడు. ఇంగ్లీషు, డచ్చి, రష్యా సైన్యాలు గెలిచాయి. వాటర్లూ బెల్జియం దేశంలో చిన్న వూరు.

రెండు

K.G. దాటని —

మాజీ కమ్యూనిస్టులు
ఈజీ బతుకుల కిష్టులు
రాజీ భావాకృష్టులు
నాజీ భూతావిష్టులు
ట్రాజీ-కామికల్ నియో-కేపిటలిస్టులు

అభా -

జనసంఘం
మారణ సంఘం
ప్రతారణ సంఘం
విదారణ సంఘం
కలహ కారణ సంఘం

నిర్ -

జనసంఘం
హరే రాంభజన సంఘం
అశక్త దుర్జన సంఘం
అపకీర్తి సమార్జన సంఘం
అమేధ్య భోజన సంఘం

చిట్కా

సమస్య
లు అమావాస్య
లైతే అవశ్య
కరణీయాలు హాస్య
కిరణాల ప్రసారాలురా శిష్య

సిప్రాలి

నక్కాశ

ఇదీ జనస్వామ్యం
కాదు ధనస్వామ్యం
యాంకీ ఋణస్వామ్యం
రూసీ వ్రణస్వామ్యం
నిశ్శేఫస నిర్వీర్య వృషణ స్వామ్యం

స్వార్థపరులకు హెచ్చరిక

ఈనాడు నేషనల్
అంటే ఇర్రేషనల్
పైగా సెన్సేషనల్
ఏ తత్సంబంధ ఘోషణల్
నిరర్థక దుర్భాషణల్

ఎండావానా కుక్కల నక్కల పెళ్ళి

సర్వత్రా శవసేనల శివాలా
స్వయంసేవ సంఘీయుల సవాలా
ఫేరవాల భైరవాల రవాలా
ఇక రాజ్యం రణరంగం అవాలా
అయితే వాళ్ళగతే తుదకు దివాలా

కళాకాళీ

సోమ
సుందరదోమ
రామ రామ
సుకవితామ
తల్లికి ప్రవాస సీమ

మిల్క్ ఆఫ్ మెగ్నీషియా

ఆరుద్ర చేస్తున్న విమర్శనాలు
అసాహిత్యానికి నిదర్శనాలు
అబద్ధాల ప్రదర్శనాలు
అతగాడి ఇటీవలి ప్రరోచనాలు
అజీర్తి సుఖవిరేచనాలు

ముద్రణ: 'జ్యోతి' మాస పత్రిక సెప్టెంబరు 1970
పునర్ముద్రణ: సిప్రాలి జూన్ 1981 అమెరికా

మూడు

అహహో

ఇహ
లోకం ఒక ప్రహ
సనం ఒక రాక్షసుడి గుహ
అక్కడ తప్పకు స్పృహ
అహ్హహ్హహ్హహో

ఇహిహీ

ఇందిర పందిరి నీడ
ఓహోయి గజ్జెల కుర్రోడ
జయేందిరను వెదుకాడ
బోతున్న నిన్ను జూడ
నవ్వొస్తది నాకు గూడ

తెలుసా

విరసాని కెదుంరొడ్డి
అబ్బాయ్ గజ్జల మల్లారెడ్డి[2]
నువ్వు రాస్తున్న గుడ్డి
విద్వేషపు రాతల జడ్డి
తనంవల్ల విరుగుతుంది అరసం నడ్డి

భూత వైద్యులు

సిండికేటుగాళ్లు
పుందులాంటి వాళ్లు
రియాక్షన్‌కి గీటురాళ్లు
ఇక్ష్వాకుల నాటి కుళ్లు
వాళ్ళంతా జోడెడ్ల నాటుబళ్లు

ఏం చేస్తాం

దాశరథీ
నవ్యకళా నిధి
కావ్య పయోదధి
ఐనా చైనా అంటే అధి
కాధిక భయం ఆతని దుర్విధి

కిరాణా కొట్టు

సినారె
బళారె
అన్నిట్లో హుషారె
సినిమా రె
ఓమేడ్ సరుక్కి తయారె

చూస్తారుగా

మీ యిష్టం
ఏదైనా అనండి బాలారిష్టం
లేదా సారస్వతారిష్టం
మరేదైనా కాని మా సిస్టం
రేపటి విప్లవానికి నాంది అనేదే స్పష్టం

మానిఫెస్టో

విప్లవ సాహిత్యం
పోయేదారి కంటక భూయిష్టం
దాని ప్రధానరసం బీభత్సం
దాని పునాది సాంఘిక యాథార్థ్యం
దాని ఆదర్శం వర్గరాహిత్యం

గ్,వ్,ఫ్

కువిమర్శకుల ఊహల్లో చిల్లులు
అచ్చుల్లేని హల్లులు
రుద్రాక్ష పిల్లులు
వాళ్ల తల్లులు
నెత్తురు పీల్చే నల్లులు

హెచ్చరిక

నోటి దురుసు నోరి[3]
నీరసపు టెడారి
పేరులేని మారి
అటుపోతే కాలుజారి
చెడిపోతావ్ నీళ్ల కారి

నారాయణ నారాయణ

వెయ్యి పడగలు
లక్ష పిడకలు
లక్క పిడతలు
కాగితపు పడవలు
చాదస్తపు గొడవలు

శుభం భూయాత్

అమెరికా జులుం బెడిసింది
రష్యా హయాం ముగిసింది
ఇంగ్లాండ్ తోక ముడిచింది
ఐరాస కోరస్‌గా అరిచింది
జనచైనా గెలిచింది

ముద్రణ జ్యోతి మాస పత్రిక అక్టోబరు 1970 పునర్ముద్రణ సిప్రాలి జూన్ 1981 అమెరికా

1. గజ్జెల మల్లారెడ్డి (1922-) ఇందిరా కాంగ్రెస్‌ని పొగిడేవారు, విరసాన్ని తిట్టేవారు. కడప జిల్లా కమ్యూనిస్టు పార్టీ కార్యదర్శి (1962-1972). మంచి వక్త. విశాలాంధ్ర వారపత్రిక సంపాదకుడు (1972-1975). ఈనాడులో చేరి (1978) 'పుణ్యభూమి' కాలమ్ రాసేవారు. తరువాత ఆంధ్రభూమి దిన పత్రిక సంపాదకుడిగా చేరి (జూన్ 1983) దాన్ని 'పణ్యభూమి'గా కొనసాగిస్తున్నారు. కొంతకాలం 'వీచిక' (సాహిత్య పత్రిక) నడిపారు. మల్లారెడ్డి గేయాలు, శంఖారావం వీరి కావ్యాలు.

2. అబ్బాయ్ గజ్జల మల్లారెడ్డి పాదాన్ని ఆ తర్వాత సిప్రాలిలో అబ్బాయ్ డియర్ మల్లారెడ్డిగా మార్చాడు.

3 నోరి నరసింహ శాస్త్రి (1900-1978) సాహితీ సమితి వ్యవస్థాపకులు. 'కవి సామ్రాట్' బిరుదాంకితులు. 'రుద్రమ దేవి', 'నారాయణ భట్టు', 'మల్లారెడ్డి' వగయిరా నవలలు చరిత్ర పేరు మీద రాశారు. సంప్రదాయవాది. ఆధునిక భావాలకు విరోధి. విరసం ఏర్పడగానే విప్లవ కవులు హింసావాదులని ముద్ర వేస్తూ పత్రికలకెక్కారు. నక్సలైట్లు బందిపోట్లనీ, విప్లవ రచయితలు సాహిత్య నక్సలైట్లనీ, సాహిత్యోపాసకులను ఖూనీ చేస్తున్నారని నోరివారు నోరుపారేసుకున్నారు.

ముద్రణ: ఆంధ్రప్రభ దినపత్రిక 8-7-1970

నాలుగు

విరసం -1

విరసం ప్రణాళిక
విప్లవ సాహిత్య ప్రకాశిక
నవయువరక్త ప్రవేశిక
భవితవ్య భవ్య ప్రతోళిక
అరసానికి కొరకరాని ప్రహేళిక

విరసం -2

విరసం విరోధుల నోళ్ళు
వాంతి చేసుకుంటున్నాయ్ కుళ్ళు
కదులుతున్నాయ్ వాళ్ళ కీళ్ళు
నెమకుతున్నాయ్ నెరసులకై వాళ్ళ కళ్ళు
పరుగిడుతున్నాయ్ వాళ్ళ గుండెల్లో రైళ్ళు

విరసం -3

విరసం అరణ్య కంఠీరవాలు
చేస్తున్నాయ్ బస్తీ మీద సవాలు
విస్తున్నాయ్ ఝుంఝుూ నిలాలు
పదును పెట్టి కత్తుల కలాలు
తెరుస్తున్నాయ్ వెలుతురు కవాటాలు శతాధికాలు

అగ్నిపరీక్ష

చెయ్యాలి పరిస్థితుల సమీక్ష
వహించాలి దీక్ష
వర్గ శత్రువులపై కక్ష
పరిష్కరించి సమస్యలు సవాలక్ష
విధించాలి వెధవలకు తగ్గ శిక్ష

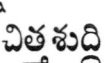

చిత్తశుద్ధి

విప్లవకారుల విధ్వంస
బీభత్స కాండకు నా ప్రశంస
అదెన్నడూ కానేరదు హింస
అది నూతన చేతనా రిరంస
మానవ మానస మానసరోవర హంస

సుజలాం, సుఫలాం

సామ్య వాదం
ఈనాటి వేదం
అందరిలో మారుమోగే నినాదం
అందరికీ అందిస్తుంది మోదం
అది సఫలం సుఫలం శ్రీదం

పిలుపు

కదన విహారానికి కత్తి పట్టు
కార్మిక వీరుడవై సుత్తి తిప్పు
ప్రగతి విరోధుల భిత్తికొట్టు
సామ్య వాదాన్ని నీ గుండెల్లో హత్తి పెట్టు
సమానతా సదాశయాన్ని నెత్తి కెత్తు

మలుపు

సమైక్య సందేశం చాటి
ఈ నాటి
ఖండాంతర సహస్రకోటి
కష్టజీవుల విజయధాటి
విజృంభిస్తోంది సరహద్దులదాటి

ముద్రణ జ్యోతి మాస పత్రిక నవంబరు *1970*

విరసం-2లో మూడు, నాలుగు పాదాలు ఇలా మార్చాడు శ్రీశ్రీ

వణుకుతున్నాయి వాళ్ల కాళ్ళు
కదులుతున్నాయి వాళ్ళ కీళ్ళు

ముద్రణ సిప్రాలి జూన్ 1981 అమెరికా

ఐదు బుక్కులు

విద్యార్థులు విద్యార్థులు
చెప్పింది చెప్పటం ఒక్కొక్కసారి అవసరం

తెలుసుకునేది ప్రతిదీ విద్య, సమష్టి ప్రయోజనానికి
పనికి వచ్చేది విద్య, అదే విద్య ప్రయోజనం.

ఇది వీధి మనిషి యుగం
విద్యార్థులు వాళ్ళ సమస్యల్ని ప్రజల సమస్యలుగా చేస్తున్నారు
ఇది ఒక **PROGRESS**
సమాజమనే శరీరానికి విద్యార్థులు మెదడు

కాలానికి దూరానికి తేడా లేకుండా పోతూంది
ఎటువంటి జటిల సమస్య అయినా పరిష్కారం అందులోనే
వుంటుంది, కాని ఆలోచన మార్గం వెదకాలి

విద్యార్థులు శాస్త్రీయ దృక్పథాన్ని పెంచుకోవాలి
నీతిబోధ అంటే నాకు ఒళ్ళు మంట

భారతదేశంలో స్వాతంత్ర్యం లేదు- నేను
స్వేచ్ఛగా ఉన్నానన్న భావం ఏ ఒక్కడికీ లేదు

జెండా, జాతీయగీతం స్వాతంత్ర్యానికి బాహ్యలక్షణాలు
శాంతిని గురించి ఎంత తక్కువగా మాట్లాడితే అంత మంచిది

మన అభ్యుదయం జనాభా పెరుగుదలలో మాత్రమే వుంది
అనభ్యుదయాన్నిఖండించటమే అభ్యుదయ లక్ష్యం
గతి తార్కిక భౌతిక వాదమే నేటి ఫిలాసఫీ

ముద్రణ విద్యుల్లత యువ సాహిత్య మాస పత్రిక (కరీంనగర్) నవంబరు 1970

సి|ప్రా|

ఆరు

పొట్టి శ్రీరాములు జాతీయ నాయకుడు
ఆయన వల్లనే ఆంధ్ర రాష్ట్రం వచ్చింది
టంగుటూరి ప్రకాశం మరో జాతీయ నాయకుడు
ఆయన వల్లనే మద్రాసు నగరం పోయింది

వెంగళ్రావొక జాతీయ నాయకుడు
ఆయన వల్లనే తెలుగునాడు ఏకమయింది
శ్రీశ్రీ ఒక చెత్త కవి
వాడి వల్లనే దేశం ముక్కలవుతోంది

ఇందిరమ్మ ఒక జాతీయ నాయిక
ఆవిడ వల్లనే దేశం బాగుంది
చెరబండరాజొక రాక్షస కవి
వాడి వల్లనే దేశం బద్దలవుతోంది

సంజయ్ గాంధీ రేపటి నేత
ఆయనే యౌవనానికి ప్రతినిధి
రంగనాయకమ్మ రామాయణ శత్రువు
ఆవిడ వల్లనే ముసలితనం వస్తుంది

దేవుడి గుళ్ళని మరమ్మత్తు చేస్తున్నాము
బోడి గుళ్ళ మీద బొచ్చు మొలిపిస్తున్నాము
గరాబీని హటావ్ చేస్తున్నాము
గాడిదలకి పట్టాభిషేకం చేస్తున్నాము

అముద్రితం 1976? ఎమర్జన్సీ రోజుల్లో కావచ్చు

ఏ కవిత ఏ పేజీలో...

150